மரங்களுக்கான நாற்றாங்கால் தொழில்நுட்பங்கள்

வே. பிரியங்கா
பா. வினோதினி

Published by

BONFRING®
Intellectual Integrity

மரங்களுக்கான நாற்றாங்கால் தொழில்நுட்பங்கள்

9 789386 638366 >

ISBN 978-93-86638-36-6

Authors

வே. பிரியங்கா

பா. வினோதினி

Bonfring

309, 2nd Floor, 5th Street Extension,

Gandhipuram, Coimbatore-641012.

Tamilnadu, India.

E-mail: info@bonfring.org

Website: www.bonfring.org

Phone: 0422-4213231

S.No	Contents	Page No

1. முன்னுரை

நாகரீகம் தொடங்கிய காலத்திலிருந்தே மனிதன் மரங்களுடன் இணக்கமாக வாழ்கிறான். மிகவும் அழகானதும், புதுப்பிக்கதக்கதுமான வனங்களும், மரங்களும் இயற்கை அன்னை மனிதனுக்கு கொடுத்த மிகப்பெரிய வரம். சில மரங்கள் அதன் அடையாளத்தை சமூகம், கலாச்சாரம், இலக்கியம் மற்றும் இந்தியாவின் மதங்களில் செதுக்கியுள்ளன. மனித வாழ்விற்கு மரங்கள் மிகவும் இன்றியமையாதது. உயிரினங்களுக்கு உணவு, தங்குமிடம், நிழல், வெட்டுமரம், மண் மற்றும் நீர் வள ஆதாரங்களைப் பாதுகாத்தல், இயற்கை அழகு மற்றும் சுத்தமான காற்று போன்ற பல பயன்களை மரங்கள் தருகின்றன.

இந்திய வன அறிக்கை 2015 ன் படி வனங்கள் மற்றும் மரங்கள் 79.42 மில்லியன் ஹெக்டேர் உள்ளது. இது இந்தியாவின் மொத்த பரப்பளவில் 21.16 சதவிகிதமே ஆகும். தேசிய வனக் கொள்கை 1988 ன் படி வனங்கள் மற்றும் மரங்கள் 33 சதவிகிதமாக இருப்பின் சுற்றுப்புறசுழல் நடுநிலைப்படும். உயிரினங்கள் இப்பூமியில் உயிர்வாழத் தேவையான அனைத்து அம்சங்களையும் வனங்கள் உருவாக்கியுள்ளது. எரிசக்திக்கு சிறு மரங்கள், கால்நடைத் தீவனங்கள், வீட்டு உபயோகத்திற்கு சிறுமரங்கள், தொழிற்சாலைத் தேவைகளான கச்சா பொருட்கள், மருத்துவம் மற்றும் இதர தேவைகளுக்கான சிறுவனப்பொருட்களையும் காடுகள் வழங்குகிறது. ஓர் ஆய்வறிக்கையின்படி 300 மில்லியன் மக்கள் தங்கள் வாழ்வாதாரத்திற்கு வனங்களைச் சார்ந்துள்ளனர். மேலும் ஒரு நாட்டின் பொருளாதார வளம் அந்நாட்டின் வனவளத்தையே சார்ந்தது.

மேற்கூறிய பயன்களை கருத்தில் கொண்டு, இந்தியா பருவநிலை மாறுதலுக்கான முதல் தேசிய செயல் திட்டத்தை (NAPCC) ஜுன் 2008 ல் அறிவித்தது. இதன்படி, எட்டு தேசிய கொள்கைகளில் ஒன்றான பசுமை இந்தியா கொள்கை சுற்றுச்சுழலை மேம்படுத்த காற்றில் இருக்கும் கார்பனை குறைத்து, நம் நாட்டை பசுமை இந்தியாவாக மாற்ற அறிவிக்கப்பட்டது. இத்திட்டத்தை வளம் குன்றிய வனத்தில் வனத்துறை மூலம் கூட்டு வன மேலாண்மை குழுக்கள் அமைத்து பணிகளை தொடங்க வேண்டும். இக்கொள்கையின் இரண்டு நோக்கங்கள்:

1. வனப்பரப்பையும், வன அடர்த்தியையும் அதிகப்படுத்தி பல்லுயிர் பெருக்கத்தைப் பாதுகாத்தல்
2. முன்னரே அறிவிக்கப்பட்ட பசுமை இந்தியா திட்டத்தில் பரிந்துரைக்கப்பட்ட செயல்பாடுகளை செய்தல்.

தற்போது மிகப்பெரிய மரம் நடும் திட்டங்களான TBGP (தமிழ்நாடு பல்லுயிர்பெருக்கம் மற்றும் பசுமை திட்டம்), MTP (மரம் நடுதல் திட்டம்) மற்றும் தெலுங்கானா மாநிலத்தின் ஹரிதா ஹாரம் போன்றவற்றிற்காக மரவிதைகள் பெருமளவில் தேவைப்படுகிறது. அவ்விதைகளை நல்ல முற்றிய நிலையில் சேகரித்து எதிர்கால பசுமை திட்டங்களுக்காக சேமித்து வைக்க

வேண்டும். இதற்கு அம்மரங்களின் உயிரியல் நன்கு அறியப்பட வேண்டும். மாநில வனத்துறை, வனம் சார்ந்த தொழிற்சாலைகள், அரசு சாரா அமைப்புகள் போன்றவை பல்வேறு மரம் நடும் திட்டங்களை செயல்படுத்தினாலும், குறிப்பிட்ட காலத்தில் நல்ல தரமான விதைகள் கிடைக்கப்பெறுவது ஒரு சவாலாகவே உள்ளது.

விதை சேகரிப்பு, கையாளும் முறை, சேமிப்பு மற்றும் நாற்று உற்பத்தி ஆகியவைப் பற்றிய போதுமான விவரங்கள் இல்லாதபடியால் நல்ல தரமான நாற்றுக்களை உற்பத்தி செய்ய முடிவதில்லை. இவ்வாறு தரமற்ற நாற்றுக்களை நடுவதன் மூலம் மனித உழைப்பு, பணம் மற்றும் இயற்கை வளங்கள் விரயமாகின்றது.

வளர்ந்து வரும் வேளாண்மை மற்றும் வனவியலில் மர நாற்றாங்கால்கள் பெரிய வெற்றியாக கருதப்படுகின்றது. வனங்களைப் பாதுகாக்கவும், உள்ளூர் மக்களின் வாழ்வாதாரத்தை உயர்த்தவும், நிலங்களைப் பசுமை படுத்தவும் நாற்றாங்கால்கள் பயன்படுகின்றன. இவ்வகை நாற்றாங்கால்களை விவசாயிகள், தொழில் முனைவோர், வணிக அமைப்புகள், அரசு சாரா அமைப்புகள், அரசு அமைப்புகள் போன்றவை நிர்வகிக்கலாம்.

தற்போது, தோட்டக்கலை மற்றும் வனம் சார்ந்த பயிர்களின் விதை மற்றும் நாற்றுக்கு தேவை அதிகரித்துள்ளது. சிறப்பு மரம் நடும் விழாக்கள் மற்றும் பசுமை திட்டங்கள் மர நாற்றுக்களின் தேவையை கணிசமாக உயர்த்தியுள்ளது. சரியான விலையில் தரமான நாற்றுக்கள் கிடைப்பது அரிதாகவே உள்ளது. 30 – 40% நாற்று தேவை மட்டுமே அங்கீகரிக்கப்பட்ட நாற்றங்கால் மூலம் பூர்த்தி செய்யப்படுகிறது. மீதம் முறைப்படுத்தப்படாத துறைகள் மூலமே பூர்த்தி செய்யப்படுகிறது.

பலதரப்பட்ட மண், பருவநிலை இந்தியாவில் உள்ளதால், தரமான நாற்று உற்பத்தி மாறிக் கொண்டே இருக்கும். ஓர் இடத்தில் நன்கு வளரக்கூடிய மரம் மற்றொரு இடத்தில் வளராது. ஆகவே குறிப்பிட்ட இடத்திற்கென வளர்க்கப்படும் தரமான நாற்றுகளே உற்பத்தியை அதிகரிக்கும். தரமான நாற்றுக்கள் குறைவான விலையில் கிடைக்கும்போது அதிகளவில் மரம் நடுவதற்கான வாய்ப்பு உள்ளது. இந்நிலையில், தரமான நாற்று உற்பத்தியில் கவனம் செலுத்தினால் வளம் குன்றா வனவியலுக்கு வாய்ப்பு உள்ளது. குறைந்த முதலீட்டில் தரமான நாற்றுக்களை உற்பத்தி செய்ய நாற்றாங்கால் மிக முக்கியமானது. வெற்றிகரமாக நாற்றுக்களை உற்பத்தி செய்ய நாற்றாங்கால் மேலாண்மை இன்றியமையாதது.

2. மரம் பற்றிய தகவல்கள்

1. *Acacia ferruginea* DC.

அக்கேஷியா ∴பெருஜினியா

ஒத்தபெயர்	:	மைமோஸா ∴பெருஜினியா
குடும்பம்	:	∴பேபேசியே - மைமோசோயிடே
பொது பெயர்	:	ரஷ்டி அக்கேஷியா
உள்ளூர் பெயர்கள்	:	சீமை வெள்வேல் (தமிழ்) கரிவேலம் (மலையாளம்) பன்னி (கன்னடம்) இனுப்ப தும்மா (தெலுங்கு) கைகர் (இந்தி)

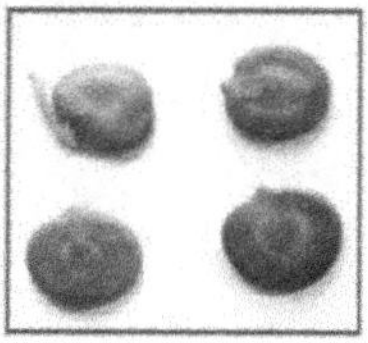

1.	மரத்தின் இயல்புகள்	:	நடுத்தர அளவில் வளரக்கூடிய இம்மரம் இலையுதிர் வகையைச் சேர்ந்தது. வறட்சியைத் தாங்கி வளரும்.
2.	பயன்கள்	:	இம்மரம் எரிபொருள், தீவனம், காற்று முறிவு வேலி மற்றும் உயிரி வேலி ஆகியவற்றை அமைக்க பயன்படுகிறது. மரப்பட்டையானது பல்வேறு மருத்துவ குணங்களை கொண்டுள்ளது.
3.	விதை சேகரிப்பு காலம்	:	டிசம்பர் - ஏப்ரல்
4.	விதை எடை	:	5,900 – 6,600 விதைகள் / கிலோ
5.	விதை நம்பகத்தன்மை	:	6 – 12 மாதங்கள்
6.	விதை முளைப்பு சதவிகிதம்	:	80%
7.	விதை முளைப்பு காலம்	:	10–12 நாட்கள்
8.	நாற்று சதவிகிதம்	:	90%
9.	விதை நேர்த்தி	:	வெந்நீரில்1 நிமிடம் ஊற வைத்து பின் 24 மணி நேரத்திற்கு குளிர விடவும்.
10.	நாற்று உற்பத்தி	:	ஒரு பாலித்தீன் பைக்கு 2 விதைகள் விகிதம் நேரடியாக ஊன்றி நீர் விட வேண்டும்.
11.	விதையில்லா இனப்பெருக்கம்	:	அவசியம் இல்லை

2. *Acacia leucophloea* (Roxb.)

அக்கேஷியா லுகோ.ஃ.ப்ளோயா

ஒத்தபெயர்கள்	:	மைமோஸா லுகோ.ஃ.ப்ளோயா, மைமோஸா ஆல்பா, அக்கேஷியா அர்குவட்டா
குடும்பம்	:	.ஃ.பேபேசியே - மைமோசோயிடே
பொது பெயர்கள்	:	வெண்பட்டை அக்கேஷியா, டிஸ்டில்லர்ஸ் அக்கேஷியா
உள்ளூர் பெயர்கள்	:	வெள்வேலம் (தமிழ,மலையாளம்) பெல்லடா (கன்னடம்) தெல்ல தும்மா (தெலுங்கு) ரோன்ஞ் (இந்தி)

1.	மரத்தின் இயல்புகள்	:	முட்கள் கொண்ட இம்மரம் நடுத்தர அளவில் வளரக்கூடிய இலையுதிர் வகையைச் சேர்ந்தது.
2.	பயன்கள்	:	இம்மரம் எரிபொருளுக்கு பயன்படுகிறது.
3.	விதை சேகரிப்பு காலம்	:	பிப்ரவரி - ஏப்ரல்
4.	விதை எடை	:	40,000 – 45,000 விதைகள் / கிலோ
5.	விதை நம்பகத்தன்மை	:	2 வருடங்களுக்கு மேல்
6.	விதை முளைப்பு சதவிகிதம்	:	85 - 90%
7.	விதை முளைப்பு காலம்	:	7–20 நாட்கள்
8.	நாற்று சதவிகிதம்	:	80%
9.	விதை நேர்த்தி	:	விதைகளை 30 நிமிடங்களுக்கு வெந்நீரில் ஊற வைக்கலாம் அல்லது 10 நிமிடங்கள் அமிலக் கரைசலில் ஊற வைக்கலாம்.
10.	நாற்று உற்பத்தி	:	விதை நேர்த்தி செய்யப்பட்ட விதைகளை நேரடியாக பாலித்தீன் பைகளில் ஊன்றலாம்.
11.	விதையில்லா இனப்பெருக்கம்	:	அவசியம் இல்லை

3. *Acacia nilotica* (L.)Wild.ex Del.

அக்கேஷியா நைலோடிகா

ஒத்தபெயர்கள்	:	மைமோஸா நைலோடிகா, அக்கேஷியா அரபிகா
குடும்பம்	:	∴பேபேசியே - மைமோசோயிடே
பொது பெயர்	:	பாபூல்
உள்ளூர் பெயர்கள்	:	கருவேல் (தமிழ்) கருவேலம் (மலையாளம்) ஜாலி (கன்னடம்) நல்ல தும்மா (தெலுங்கு) பாபூல் (இந்தி)

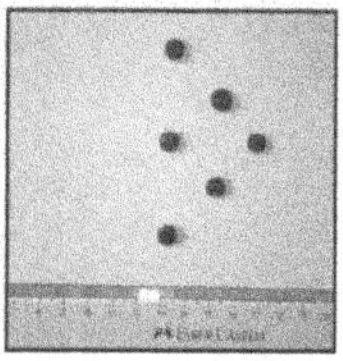

1.	மரத்தின் இயல்புகள்	:	சிறிய முதல் நடுத்தர அளவு வரை வளரக்கூடியது. பசுமைமாறா வகையைச் சேர்ந்தது.
2.	பயன்கள்	:	எரிபொருள், தீவனம் , வெட்டுமரம் மற்றும் மருத்துவத்திற்காக பயன்படுகிறது.
3.	விதை சேகரிப்பு காலம்	:	டிசம்பர் - ஜனவரி
4.	விதை எடை	:	7,000 – 7,250 விதைகள் / கிலோ
5.	விதை நம்பகத்தன்மை	:	3 வருடங்கள்
6.	விதை முளைப்பு சதவிகிதம்	:	90%
7.	விதை முளைப்பு காலம்	:	6– 25 நாட்கள்
8.	நாற்று சதவிகிதம்	:	80%
9.	விதை நேர்த்தி	:	விதைகளை 30 நிமிடங்களுக்கு வெந்நீரில் ஊற வைக்கலாம் அல்லது 10 நிமிடங்கள் அமிலக் கரைசலில் ஊற வைக்கலாம்.
10.	நாற்று உற்பத்தி	:	விதை நேர்த்தி செய்யப்பட்ட விதைகளை நேரடியாக பாலித்தீன் பைகளில் ஊன்றலாம்.
11.	விதையில்லா இனப்பெருக்கம்	:	அவசியம் இல்லை

4. *Adina cordifolia* Hook.f.

அடினா கார்டி ∴போலியா

ஒத்தபெயர்	:	ஹால்டினா கார்டி ∴போலியா
குடும்பம்	:	ரூபியேசியே
பொது பெயர்	:	ஹல்டு
உள்ளூர் பெயர்கள்	:	மஞ்சக்கடம்பை (தமிழ்), மஞ்சக்கடம்பு (மலையாளம்), அனவு (கன்னடம்), பன்டரு (தெலுங்கு), ஹல்டு (இந்தி)

1.	மரத்தின் இயல்புகள்	:	பெரியதாக வளரக்கூடிய இலையுதிர் வகையைச் சேர்ந்த இம்மரம், பெரிய இலையுச்சியையும், நிமிர்ந்த அடிமரத்தையும், கிடைமட்ட கிளைகளையும் கொண்டது.
2.	பயன்கள்	:	கட்டுமானம், பொம்மை மற்றும் எரிபொருளுக்குப் பயன்படுகிறது.
3.	விதை சேகரிப்பு காலம்	:	பிப்ரவரி - மார்ச்
4.	விதை எடை	:	1.1 கோடி – 1.18 கோடி விதைகள் / கிலோ
5.	விதை நம்பகத்தன்மை	:	1 மாதம்
6.	விதை முளைப்பு சதவிகிதம்	:	30 - 40%
7.	விதை முளைப்பு காலம்	:	10–15 நாட்கள்
8.	நாற்று சதவிகிதம்	:	30 - 40%
9.	விதை நேர்த்தி	:	விதைகளைச் சிறிது நேரம் நீரில் ஊற வைத்து, அடியே தங்கியுள்ள நல்ல வளமான விதைகளை பிரித்தெடுக்கவும்.
10.	நாற்று உற்பத்தி	:	மத்திய நாற்றங்காலில் சாம்பலிட்டு அதன் மீது விதைகளை தூவ வேண்டும்
11.	விதையில்லா இனப்பெருக்கம்	:	பிளவு ஒட்டு முறை (12 - 15 மாதமுள்ள நாற்றின் தண்டுப்பாகத்தை உபயோகிக்கலாம்).

5. *Aegle marmelos* (L.) Correa

ஏகிள் மார்மெலோஸ்

ஒத்தபெயர்	:	கிரேட்வா மார்மெலோஸ்
குடும்பம்	:	ரூட்டேசியே
பொது பெயர்	:	கோல்டன் ஆப்பிள்
உள்ளூர் பெயர்கள்	:	வில்வம் (தமிழ்,மலையாளம்), பில்வ பத்திரி (கன்னடம்), மாரேடு (தெலுங்கு), பேலா (இந்தி)

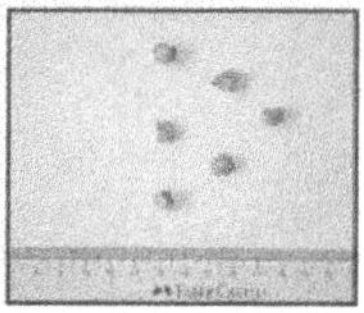

1.	மரத்தின் இயல்புகள்	:	சிறிய முதல் நடுத்தர அளவு வரை வளரக்கூடிய இம்மரம் சிறு முட்களுடன் காணப்படும். மிகவும் மெதுவாக வளரும் பசுமைமாறா மரம்.
2.	பயன்கள்	:	இம்மரத்திலிருந்து பெறப்படும் உண்ணக்கூடிய காய் பல்வேறு மருத்துவ குணங்களைக் கொண்டது.
3.	விதை சேகரிப்பு காலம்	:	மே - ஜூன்
4.	விதை எடை	:	4,800– 5,300 விதைகள் / கிலோ
5.	விதை நம்பகத்தன்மை	:	1 மாதம்
6.	விதை முளைப்பு சதவிகிதம்	:	56 - 90%
7.	விதை முளைப்பு காலம்	:	10 –25 நாட்கள்
8.	நாற்று சதவிகிதம்	:	40%
9.	விதை நேர்த்தி	:	முற்றிய காய்களை உடைத்து உள்ளிருக்கும் சதைப்பற்றை நீரில் தொடர்ந்து கழுவும் போது விதைகளைப் பெறலாம். விதைகளை சாம்பலுடன் கலந்து உலர வைக்க வேண்டும்.
10.	நாற்று உற்பத்தி	:	விதை நேர்த்தி செய்யப்பட்ட விதைகளை நேரடியாக பாலித்தீன் பைகளில் ஊன்றலாம்.
11.	விதையில்லா இனப்பெருக்கம்	:	வேர் உறிஞ்சிகள் அல்லது பிளவு ஒட்டு முறையைப் பயன்படுத்தலாம் (12-15 மாதமுள்ள நாற்றின் தண்டுப்பகுதியை உபயோகிக்கலாம்).

6. *Ailanthus excelsa* Roxb.

அய்லேன்தஸ் எக்ஸெல்ஸா

ஒத்தபெயர்	:	பொங்கிலியான் எக்ஸெல்ஸம்
குடும்பம்	:	சைமரூபேசியே
பொது பெயர்	:	டிரீ ஆப் ஹெவன்
உள்ளூர் பெயர்கள்	:	பீ மரம் (தமிழ்), மட்டி (மலையாளம்), பெத்த மனு (தெலுங்கு), மஹருக் (இந்தி)

1.	மரத்தின் இயல்புகள்	:	மிக விரைவாக வளரக்கூடிய இம்மரம் இலையுதிர் வகையைச் சேர்ந்தது.
2.	பயன்கள்	:	தீக்குச்சி செய்யப் பயன்படுகிறது.
3.	விதை சேகரிப்பு காலம்	:	ஏப்ரல் - ஜுன்
4.	விதை எடை	:	9,500–10,000 விதைகள் / கிலோ
5.	விதை நம்பகத்தன்மை	:	1 மாதம்
6.	விதை முளைப்பு சதவிகிதம்	:	70 - 90%
7.	விதை முளைப்பு காலம்	:	10 – 20 நாட்கள்
8.	நாற்று சதவிகிதம்	:	60%
9.	விதை நேர்த்தி	:	காற்றால் வீசியெறியப்படும் வாய்ப்பிருப்பதால் நன்கு முற்றிய காய் கொத்துக்களை கிளை நுனியிலிருந்து பிரிக்க வேண்டும். பின்பு காய்களை வெயிலில் நன்கு உலர்த்தி, அடித்து, தூற்றி விதைகளைப் பிரித்து எடுக்க வேண்டும்.
10.	நாற்று உற்பத்தி	:	விதைகளை முதல் நிலை நாற்றாங்காலில் விதைக்கலாம்.
11.	விதையில்லா இனப்பெருக்கம்	:	அவசியம் இல்லை

7. *Ailanthus malabarica* DC.

அய்லேன்தஸ் மலபாரிகா

ஒத்தபெயர்	:	அய்லேன்தஸ் ட்ரைபைசா
குடும்பம்	:	சைமரூபேசியே
பொது பெயர்	:	மஹருக்
உள்ளூர் பெயர்கள்	:	மட்டி பல் (தமிழ்), பெருமரம் (மலையாளம்), தூபா (கன்னடம்)

1.	மரத்தின் இயல்புகள்	:	விரைவாக வளரக்கூடிய பெரிய பசுமைமாறா மரம்.
2.	பயன்கள்	:	தீக்குச்சி மற்றும் பெட்டிகள் செய்யப் பயன்படுகிறது.
3.	விதை சேகரிப்பு காலம்	:	மே - ஜுன்
4.	விதை எடை	:	8,200– 10,500 விதைகள் / கிலோ
5.	விதை நம்பகத்தன்மை	:	2 மாதங்கள்
6.	விதை முளைப்பு சதவிகிதம்	:	70%
7.	விதை முளைப்பு காலம்	:	10 – 20 நாட்கள்
8.	நாற்று சதவிகிதம்	:	60%
9.	விதை நேர்த்தி	:	விதை சிறகுகளை நீக்குவதன் மூலம் குறிப்பிட்ட இடத்தில் அதிக விதைகளை விதைக்கலாம்.
10.	நாற்று உற்பத்தி	:	விதை சிறகுகள் நீக்கப்பட்ட விதைகளை நேரடியாக பாலித்தீன் பைகளில் ஊன்றலாம்.
11.	விதையில்லா இனப்பெருக்கம்	:	அவசியம் இல்லை

8. *Albizia amara* (Roxb). Boivin

அல்பிசியா அமாரா

ஒத்தபெயர்கள் : மைமோஸா அமாரா, அக்கேஷியா அமாரா, அக்கேஷியா வைட்டி

குடும்பம் : ∴பேபேசியே – மைமோசோயிடே

பொது பெயர் : கிருஷ்ணா சிரிஸ்

உள்ளூர் பெயர்கள் : சிக்கரம், உசில் , ஊஞ்ச மரம் (தமிழ்), ஊஞ்சல் (மலையாளம்), சுஜல்லி (கன்னடம்), நார்லிங்கி (தெலுங்கு), கிருஷ்ணா சிரிஸ் (இந்தி)

1.	மரத்தின் இயல்புகள்	:	நடுத்தர அளவில் வளரும் இலையுதிர் மரம்.
2.	பயன்கள்	:	மரம் எரிபொருளாகவும், மரத்தின் இலைகள் முடி பராமரிப்பிலும் பயன்படுகிறது.
3.	விதை சேகரிப்பு காலம்	:	டிசம்பர் - மார்ச்
4.	விதை எடை	:	12,000– 15,000 விதைகள் / கிலோ
5.	விதை நம்பகத்தன்மை	:	2 வருடங்கள்
6.	விதை முளைப்பு சதவிகிதம்	:	65 - 80%
7.	விதை முளைப்பு காலம்	:	7–12 நாட்கள்
8.	நாற்று சதவிகிதம்	:	60%
9.	விதை நேர்த்தி	:	விதைகளை வெந்நீரில் 30 நிமிடங்கள் ஊறவைத்து, பிறகு குளிர் நீரில் 24 மணி நேரம் ஊறவைக்க வேண்டும்.
10.	நாற்று உற்பத்தி	:	விதை நேர்த்தி செய்யப்பட்ட விதைகளை நேரடியாக பாலித்தீன் பைகளில் ஊன்றலாம்.
11.	விதையில்லா இனப்பெருக்கம்	:	அவசியம் இல்லை

9. *Albizia lebbeck* (L.) Benth.

அல்பிசியா லெபக்

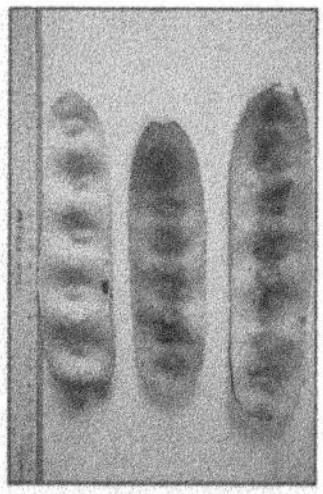

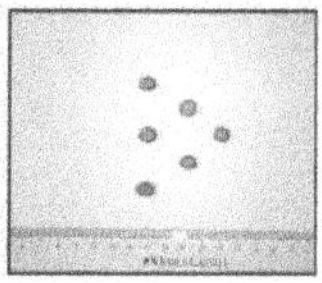

	ஒத்தபெயர்கள்	:	மைமோஸா லெபக், அக்கேஷியா லெபக்
	குடும்பம்	:	ஃபேபேசியே – மைமோசோயிடே
	பொது பெயர்கள்	:	இந்தியன் சிரிஸ் மற்றும் வுமனஸ் டங் ட்ரீ
	உள்ளூர் பெயர்கள்	:	வாகை (தமிழ்), வாகா (மலையாளம்), பேஜ் (கன்னடம்), திரிசனா (தெலுங்கு), சிரிஸ் (இந்தி)
1.	மரத்தின் இயல்புகள்	:	பெரிய இலையுதிர் மரம்.
2.	பயன்கள்	:	கட்டிட கட்டுமானப் பணிக்கும், தட்டுமுட்டு பொருட்கள் செய்யவும் பயன்படுகிறது.
3.	விதை சேகரிப்பு காலம்	:	செப்டம்பர் - நவம்பர்
4.	விதை எடை	:	7,000– 10,000 விதைகள் / கிலோ
5.	விதை நம்பகத்தன்மை	:	1 வருடம்
6.	விதை முளைப்பு சதவிகிதம்	:	60 - 80%
7.	விதை முளைப்பு காலம்	:	7 –30 நாட்கள்
8.	நாற்று சதவிகிதம்	:	50 - 60%
9.	விதை நேர்த்தி	:	விதைப்புக்கு முன், விதைகளை கொதிநீரில் 24 மணி நேரம் ஊறவைத்து பின்பு ஆறவைத்து விதைக்கலாம் அல்லது சல்ஃபூரிக் அமிலம் கொண்டு 20 நிமிடங்கள் விதை நேர்த்தி செய்யப்பட்டு பின்பு நன்னீரில் நன்றாக கழுவிய பின் 24 மணி நேரம் தண்ணீரில் ஊற வைத்து விதைக்க வேண்டும்.
10.	நாற்று உற்பத்தி	:	தரம் பிரிக்கப்பட்ட விதைகளை, விதைநேர்த்தி செய்து நேரடியாக பாலித்தீன் பைகளில் ஊன்றலாம்.
11.	விதையில்லா இனப்பெருக்கம்	:	15 மாத நாற்றுக்களிலிருந்து பெறப்படும் அடிக்கட்டை நல்ல நாற்று உற்பத்தியைக் கொடுக்கும்.

10. *Albizia odoratissima* (L.f.) Benth.

அல்பிசியா ஓடோரடிஸிமா

ஒத்தபெயர்கள் : மைமோஸா ஓடோரடிஸிமா, அக்கேஷியா ஓடோரடிஸிமா, அல்பிசியா மைக்ரான்தா

குடும்பம் : ∴பேபேசியே – மைமோசோயிடே

பொது பெயர் : சிலோன் ரோஸ் வுட்

உள்ளூர் பெயர்கள் : கருவாகை (தமிழ்), புலி வாகா (மலையாளம்), பில் கம்பி (கன்னடம்), சிந்துகா (தெலுங்கு), சிரிஸ் (இந்தி)

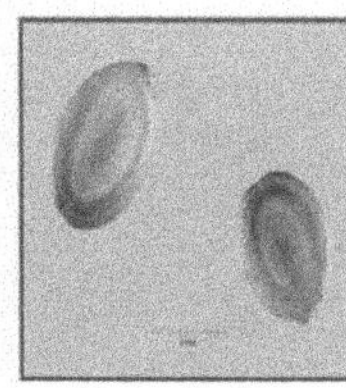

1.	மரத்தின் இயல்புகள்	:	நடுத்தரம் முதல் பெரிய அளவில் வளரும் இம்மரம் நேரான அடிமரத்தையும் அடர் பச்சை இலைகளையும் கொண்டது. இலையுதிர் வகையைச் சேர்ந்தது.
2.	பயன்கள்	:	மரம் கட்டுமான பணிக்கும், தனியறை பெட்டிகள் செய்வதற்கும் பயன்படுகிறது. இலைகள் தீவனப் பொருளாகப் பயன்படுகிறது.
3.	விதை சேகரிப்பு காலம்	:	ஜனவரி – ஏப்ரல்
4.	விதை எடை	:	10,300– 15,500 விதைகள் / கிலோ
5.	விதை நம்பகத்தன்மை	:	3 வருடங்கள்
6.	விதை முளைப்பு சதவிகிதம்	:	67%
7.	விதை முளைப்பு காலம்	:	10– 30 நாட்கள்
8.	நாற்று சதவிகிதம்	:	47 %
9.	விதை நேர்த்தி	:	காய்கள் வெயிலில் உலர்த்தப்படும்போது, வெடித்து விதைகள் வெளிப்படும். அவ்விதைகள் 24 மணி நேரத்திற்கு விதை நேர்த்தி செய்யப்பட வேண்டும்.
10.	நாற்று உற்பத்தி	:	விதைகளை நேரடியாக பாலித்தீன் பைகளில் ஊன்றலாம்.
11.	விதையில்லா இனப்பெருக்கம்	:	இல்லை

11. *Alstonia scholaris* (L.) R. Br.

அல்ஸ்டோனியா ஸ்கோலாரிஸ்

ஒத்தபெயர்	:	எக்கிடேஸ் ஸ்கோலாரிஸ்
குடும்பம்	:	அபோகைனேசியே
பொது பெயர்	:	டெவில் ட்ரீ
உள்ளூர் பெயர்கள்	:	ஏழிலை பாலை (தமிழ்), மங்கலப் பாலா (மலையாளம்), தொட்ட பாலா (கன்னடம்), எடிய – குளுப்பாலா (தெலுங்கு), சட்டியன் (இந்தி)

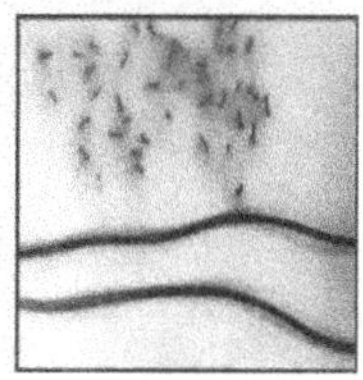

1.	மரத்தின் இயல்புகள்	:	மிதமான வேகத்தில் வளரக்கூடிய பசுமைமாறா மரம்.
2.	பயன்கள்	:	இம்மரம் பெட்டிகள், தீக்குச்சி சிம்புகள் , அட்டை பெட்டிகள் மற்றும் தச்சு வேலை பொருட்கள் செய்வதற்குப் பயன்படுகிறது.
3.	விதை சேகரிப்பு காலம்	:	ஜுன்– ஜுலை
4.	விதை எடை	:	2,70,000–6,60,000 விதைகள் / கிலோ
5.	விதை நம்பகத்தன்மை	:	17 நாட்கள்
6.	விதை முளைப்பு சதவிகிதம்	:	50 - 60%
7.	விதை முளைப்பு காலம்	:	14–20 நாட்கள்
8.	நாற்று சதவிகிதம்	:	40%
9.	விதை நேர்த்தி	:	காய்கள் வெடித்து உள்ளிருக்கும் விதைகள் வெளிப்படும் வரை வெயிலில் உலர்த்த வேண்டும். பின்பு விதைகளை சாம்பலுடன் கலந்து நாற்றாங்காலில் தூவவேண்டும்
10.	நாற்று உற்பத்தி	:	நாற்றாங்காலில் தூவப்பட்ட விதைகள் முளைத்து,40 – 45 நாட்களுக்கு பிறகு பாலித்தீன் பைகளில் மாற்றி நட வேண்டும்.
11.	விதையில்லா இனப்பெருக்கம்	:	இல்லை

12. *Anogeissus latifolia* (Roxb. ex DC.)Wall.ex Guill. & Perr.

அனோஜியசஸ் லேட்டி'.போலியா

ஒத்தபெயர்	:	கோனோகார்பஸ் லேட்டி'.போலியா
குடும்பம்	:	காம்பரடேசியே
பொது பெயர்	:	ஆக்ஸில்வுட்
உள்ளூர் பெயர்கள்	:	நமை (தமிழ்), மலகஞ்சிரம் (மலையாளம்), பீஜல் (கன்னடம்), திர்மன் (தெலுங்கு), பக்லா (இந்தி)

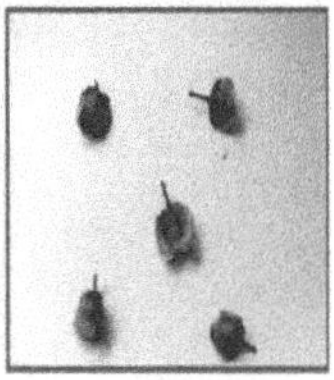

1.	மரத்தின் இயல்புகள்	:	நடுத்தரம் முதல் பெரிய அளவில் வளரக்கூடிய இலையுதிர் மரம்
2.	பயன்கள்	:	வெட்டு மரத்திற்கும், வேளாண் உபகரணங்கள் செய்வதற்கும் பயன்படுகிறது.
3.	விதை சேகரிப்பு காலம்	:	ஜனவரி – பிப்ரவரி மற்றும் ஜுலை– ஆகஸ்ட்
4.	விதை எடை	:	1,06,000–1,36,000 விதைகள் / கிலோ
5.	விதை நம்பகத்தன்மை	:	7 - 10 நாட்கள்
6.	விதை முளைப்பு சதவிகிதம்	:	10 %
7.	விதை முளைப்பு காலம்	:	12–15 நாட்கள்
8.	நாற்று சதவிகிதம்	:	50 %
9.	விதை நேர்த்தி	:	விதைகளை குளிர் நீரில் 48 மணி நேரத்திற்கு ஊற வைக்க வேண்டும்.
10.	நாற்று உற்பத்தி	:	விதைகளை நாற்றாங்காலில் விதைக்க வேண்டும். நாற்று முளைத்து,40 – 45 நாட்களுக்கு பிறகு பாலித்தீன் பைகளில் மாற்றி நட வேண்டும்.
11.	விதையில்லா இனப்பெருக்கம்	:	இல்லை

13. *Anthocephalus cadamba* (Roxb.) Miq.

அன்தோசே.ஃ.பாலஸ் கடம்பா

ஒத்தபெயர்கள்	:	அன்தோசே.ஃ.பாலஸ் சைனன்சிஸ், அன்தோசே.ஃ.பாலஸ் இன்டிகஸ்
குடும்பம்	:	ரூபியேசியே
பொது பெயர்	:	கடம்பு
உள்ளூர் பெயர்கள்	:	வெள்ளகடம்பை (தமிழ), கடம்பு (மலையாளம்), பேல் (கன்னடம்), கடம்ஹமு (தெலுங்கு), கடம்ப் (இந்தி)

1.	மரத்தின் இயல்புகள்	:	விரைவாக வளரக்கூடிய பெரிய இலையுதிர் மரம்
2.	பயன்கள்	:	பென்சில் தயாரிக்க பயன்படுகிறது.
3.	விதை சேகரிப்பு காலம்	:	ஆகஸ்ட்– நவம்பர்
4.	விதை எடை	:	9,00,000– 20,00,000 விதைகள் / கிலோ
5.	விதை நம்பகத்தன்மை	:	1 வருடம்
6.	விதை முளைப்பு சதவிகிதம்	:	60 %
7.	விதை முளைப்பு காலம்	:	10–15 நாட்கள்
8.	நாற்று சதவிகிதம்	:	35 %
9.	விதை நேர்த்தி	:	இல்லை
10.	நாற்று உற்பத்தி	:	130 கிராம் விதைகளை சலித்த மணலுடன் கலந்து ஒரு சதுர மீட்டர் அளவுள்ள நாற்றாங்காலில் விதைக்க வேண்டும். விதைகள் முளைத்ததும் 4-5 செ.மீ உள்ள சிறு நாற்றுக்களை பாலித்தீன் பைகளில் மாற்றி நட வேண்டும்.
11.	விதையில்லா இனப்பெருக்கம்	:	தண்டுக்குச்சிகளை வேர் ஊக்கி கரைசலில் (IBA 500 ppm, NAA 500 ppm) ஊறவைத்து நட வேண்டும்.

14. *Azadirachta indica* A. Juss.

அஸாடிராக்டா இன்டிகா

ஒத்தபெயர் : மீலியா இன்டிகா

குடும்பம் : மீலியேசியே

பொது பெயர் : வேம்பு

உள்ளூர் பெயர்கள் : வேம்பு (தமிழ்), வேப்பு (மலையாளம்), பேவு (கன்னடம்), வேப்பா (தெலுங்கு), நீம் (இந்தி)

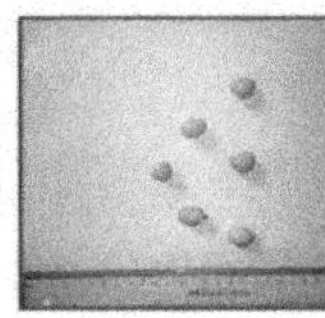

1.	மரத்தின் இயல்புகள்	:	நடுத்தரம் முதல் பெரிய அளவில் வளரக்கூடிய பசுமை மாறா மரம்
2.	பயன்கள்	:	பல்வேறு மருத்துவ குணங்களைக் கொண்டது. உரமாகவும், பூச்சிக்கொல்லியாகவும், தச்சுப்பொருட்கள் செய்வதற்கும் பயன்படுகிறது. மரப்பிசினும் பெறப்படுகிறது.
3.	விதை சேகரிப்பு காலம்	:	ஜுன் - ஜுலை
4.	விதை எடை	:	4,500–5,350 விதைகள் / கிலோ
5.	விதை நம்பகத்தன்மை	:	2 வாரங்கள்
6.	விதை முளைப்பு சதவிகிதம்	:	70 - 90 %
7.	விதை முளைப்பு காலம்	:	7– 21 நாட்கள்
8.	நாற்று சதவிகிதம்	:	85%
9.	விதை நேர்த்தி	:	விதை நேர்த்தி தேவையில்லை. விதைகளின் மேல் உள்ள சதைப்பற்றை நீக்கி உலர்த்த வேண்டும்.
10.	நாற்று உற்பத்தி	:	தரம் பிரிக்கப்பட்ட விதைகளை நேரடியாக பாலித்தீன் பைகளில் ஊன்றலாம்.
11.	விதையில்லா இனப்பெருக்கம்	:	அவசியமில்லை

15. *Bambusa bambos* (L.) Voss.

பேம்பூஸா பேம்பூஸ்

ஒத்தபெயர்	:	பேம்பூஸா அருண்டினேசியே
குடும்பம்	:	போயேசியே (கிராமினே)
பொது பெயர்	:	முள் மூங்கில்
உள்ளூர் பெயர்கள்	:	மூங்கில் (தமிழ்), முள்ளு முலா (மலையாளம்), ஹேப்பிதுரு (கன்னடம்), வெதுரு (தெலுங்கு), கன்டபன்ஸ் (இந்தி)

1.	மரத்தின் இயல்புகள்	:	தண்டு 30 மீட்டர் நீளம் வரை வளரக்கூடியது. முட்கிளைகளுடன் காணப்படும்.
2.	பயன்கள்	:	காகிதக்கூழ், கைவினைப்பொருட்கள் செய்வதற்கும், கட்டுமானப் பணிக்கும் பயன்படுகிறது.
3.	விதை சேகரிப்பு காலம்	:	மார்ச் - மே
4.	விதை எடை	:	35,000–85,00,000 விதைகள் / கிலோ
5.	விதை நம்பகத்தன்மை	:	1 வருடம்
6.	விதை முளைப்பு சதவிகிதம்	:	90 - 95 %
7.	விதை முளைப்பு காலம்	:	6–15 நாட்கள்
8.	நாற்று சதவிகிதம்	:	80%
9.	விதை நேர்த்தி	:	விதைகளை குளிர்நீரில் 24 மணி நேரம் ஊற வைக்க வேண்டும்.
10.	நாற்று உற்பத்தி	:	விதைகளை நாற்றாங்காலில் விதைத்து முளைத்தவுடன் 5-6 செ.மீ உயரமுள்ள நாற்றுக்களை பாலித்தீன் பைகளில் நட வேண்டும் அல்லது ஒற்றைக் கனுவுள்ள தண்டுக் குச்சிகளை வேர் ஊக்கி கரைசலில் (IBA 400 ppm) 4 மணி நேரம் ஊற வைத்து பின்பு பாலித்தீன் பைகளில் நடலாம். வேர்ஊக்கிகள் வேர் உருவாக 90% அதிக வழிவகுக்கும்.
11.	விதையில்லா இனப்பெருக்கம்	:	ஒற்றைக் கனுவுள்ள தண்டுக் குச்சிகளை வேர் ஊக்கி கரைசலில் (IBA 400 ppm) 4 மணி நேரம் ஊற வைத்து பின்பு பாலித்தீன் பைகளில் நடலாம். வேர்ஊக்கிகள் வேர் உருவாக 90% அதிக வழிவகுக்கும்.

16. *Bambusa vulgaris* var. *vulgaris* (Schard.ex Wendl.)

பேம்பூஸா வல்கேரிஸ் வகை வல்கேரிஸ்

ஒத்தபெயர்கள்	: ஜைஜேண்டக்ளோயா ஆரிகுளேட்டா, பேம்பூஸா ஸ்ட்ரையேட்டா
குடும்பம்	: போயேசியே (கிராமினே)
பொது பெயர்	: பச்சை மூங்கில்
உள்ளூர் பெயர்கள்	: பச்சை மூங்கில் (தமிழ்), பச்ச வெதுரு (தெலுங்கு)

1.	மரத்தின் இயல்புகள்	: முட்கள் காணப்படாத பச்சை நிற தண்டுகள், 22-25 மீட்டர் உயரம் வரை வளரக்கூடியது.
2.	பயன்கள்	: காகிதக்கூழ், கைவினைப்பொருட்கள் செய்வதற்கும், கட்டுமானப் பணிக்கும் பயன்படுகிறது.
3.	விதை சேகரிப்பு காலம்	: இன்னும் அறியப்படவில்லை
4.	விதை எடை	: இன்னும் அறியப்படவில்லை
5.	விதை நம்பகத்தன்மை	: இன்னும் அறியப்படவில்லை
6.	விதை முளைப்பு சதவிகிதம்	: இன்னும் அறியப்படவில்லை
7.	விதை முளைப்பு காலம்	: இன்னும் அறியப்படவில்லை
8.	நாற்று சதவிகிதம்	: இன்னும் அறியப்படவில்லை
9.	விதை நேர்த்தி	: இன்னும் அறியப்படவில்லை
10.	நாற்று உற்பத்தி	: இன்னும் அறியப்படவில்லை
11.	விதையில்லா இனப்பெருக்கம்	: ஒற்றைக் கனுவுள்ள தண்டுக் குச்சிகளை வேர் ஊக்கி கரைசலில் (IBA 400 ppm) 4 மணி நேரம் ஊற வைத்து பின்பு பாலித்தீன் பைகளில் நடலாம். வேர்ஊக்கிகள் வேர் உருவாக 90% அதிக வழிவகுக்கும்.

17. *Bambusa vulgaris* var. *striata* (Schard.ex Wendl.)

பேம்பூஸா வல்கேரிஸ் வகை ஸ்ட்ரையேட்டா

ஒத்தபெயர்கள்	:	ஜைஜேண்டக்ளோயா ஆரிகுளேட்டா, ∴பிள்ளோஸ்டேச்சிஸ் ஸ்ட்ரையேட்டா
குடும்பம்	:	போயேசியே (கிராமினே)
பொது பெயர்	:	தங்க மூங்கில்
உள்ளூர் பெயர்கள்	:	தங்க மூங்கில் (தமிழ்) பங்காரம் வெதுரு (தெலுங்கு)

1.	மரத்தின் இயல்புகள்	:	முட்கள் காணப்படாத மஞ்சள் நிற தண்டுகள் 15-20 மீட்டர் உயரம் வரை வளரக்கூடியது.
2.	பயன்கள்	:	நிழற்சாலை மரங்களாக வளர்க்கப்படுகிறது.
3.	விதை சேகரிப்பு காலம்	:	இன்னும் அறியப்படவில்லை
4.	விதை எடை	:	இன்னும் அறியப்படவில்லை
5.	விதை நம்பகத்தன்மை	:	இன்னும் அறியப்படவில்லை
6.	விதை முளைப்பு சதவிகிதம்	:	இன்னும் அறியப்படவில்லை
7.	விதை முளைப்பு காலம்	:	இன்னும் அறியப்படவில்லை
8.	நாற்று சதவிகிதம்	:	இன்னும் அறியப்படவில்லை
9.	விதை நேர்த்தி	:	இன்னும் அறியப்படவில்லை
10.	நாற்று உற்பத்தி	:	இன்னும் அறியப்படவில்லை
11.	விதையில்லா இனப்பெருக்கம்	:	ஒற்றைக் கனுவுள்ள தண்டுக் குச்சிகளை வேர் ஊக்கி கரைசலில் (IBA 400 ppm) 4 மணி நேரம் ஊற வைத்து பின்பு பாலித்தீன் பைகளில் நடலாம். வேர்ஊக்கிகள் வேர் உருவாக 90% அதிக வழிவகுக்கும்.

18. *Bombax ceiba* L.

பாம்பேக்ஸ் சீபா

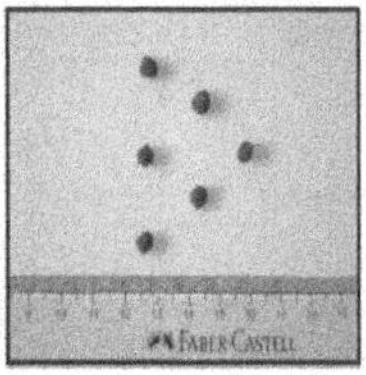

ஒத்தபெயர்கள்	:	பாம்பேக்ஸ் மலபாரிக்கம், சால்மால்யா மலபாரிகா
குடும்பம்	:	பாம்பகேசியே
பொது பெயர்	:	இலவம் மரம்
உள்ளூர் பெயர்கள்	:	முள்ளிலவு (தமிழ), இலவு, பூலா (மலையாளம்), பா்ல் (கன்னடம்), பா்ரகா (தெலுங்கு), சீமல் (ஹிந்தி)

1.	மரத்தின் இயல்புகள்	:	முட்களுடன் காணப்படும் இப்பெரிய மரம் மிக விரைவாக வளரக்கூடியது. இலையுதிா் வகையைச் சோ்ந்தது.
2.	பயன்கள்	:	மருத்துவ குணங்களைக் கொண்டுள்ள இம்மரம் பெட்டிகள் மற்றும் பொம்மைகள் செய்யப் பயன்படுகிறது. இம்மரத்திலிருந்து பெறப்படும் பஞ்சு தலையணை செய்யப் பயன்படுகிறது.
3.	விதை சேகரிப்பு காலம்	:	ஏப்ரல் - மே
4.	விதை எடை	:	21,430 – 38,500 விதைகள் / கிலோ
5.	விதை நம்பகத்தன்மை	:	புதிய விதைகளே அதிக முளைப்புத்திறன் கொண்டிருக்கும்.
6.	விதை முளைப்பு சதவிகிதம்	:	40 - 75%
7.	விதை முளைப்பு காலம்	:	10 – 25 நாட்கள்
8.	நாற்று சதவிகிதம்	:	70%
9.	விதை நோ்த்தி	:	விதைகளை குளிா்நீரில் ஊற வைக்க வேண்டும்.
10.	நாற்று உற்பத்தி	:	சேகரிக்கப்பட்ட புதிய விதைகளை நாற்றாங்காலில் விதைக்கவும். முளைத்தவுடன் நாற்றுக்களை பாலித்தீன் பைகளில் மாற்றி நட வேண்டும்.
11.	விதையில்லா இனப்பெருக்கம்	:	இல்லை

19. *Boswellia serrata* Roxb. ex Colebr.

போஸ்வெலியா செராட்டா

ஒத்தபெயர்கள்	:	போஸ்வெலியா துரி∴பெரா, போஸ்வெலியா கிளாபரா
குடும்பம்	:	பர்சரேசியே
பொது பெயர்	:	சாலை
உள்ளூர் பெயர்கள்	:	குங்குலி (தமிழ்), குந்துருகுமரம் (மலையாளம்), சிட்டா (கன்னடம்), அந்தகா (தெலுங்கு), சாலை (ஹிந்தி)

1.	மரத்தின் இயல்புகள்	:	நடுத்தரம் முதல் பெரிய அளவில் வளரும் இம்மரம் இலையுதிர் வகையைச் சேர்ந்தது. அடர்வில்லாத இலையுச்சியைக் கொண்டிருக்கும்.
2.	பயன்கள்	:	இம்மரம் பெட்டிகள் மற்றும் விலை மலிவான தச்சுப் பொருட்கள் செய்வதற்கும், இலைகள் தீவனமாகவும், பிசின் கலந்த குங்கிலியம் சேகரிப்பதற்கும் பயன்படுகிறது.
3.	விதை சேகரிப்பு காலம்	:	மே - ஜுன்
4.	விதை எடை	:	13,400 – 14,800 விதைகள் / கிலோ
5.	விதை நம்பகத்தன்மை	:	காய்களை சேகரித்த உடனே விதைக்க வேண்டும்.
6.	விதை முளைப்பு சதவிகிதம்	:	8 - 20%
7.	விதை முளைப்பு காலம்	:	10 – 20 நாட்கள்
8.	நாற்று சதவிகிதம்	:	19.5%
9.	விதை நேர்த்தி	:	விதைகளை மிதமான வெந்நீரில் 24 மணி நேரம் ஊற வைக்க வேண்டும்.
10.	நாற்று உற்பத்தி	:	விதை நேர்த்தி செய்யப்பட்ட விதைகளை நேரடியாக பாலித்தீன் பைகளில் ஊன்ற வேண்டும்.
11.	விதையில்லா இனப்பெருக்கம்	:	கடினமான தண்டுக் குச்சிகளை (3-4 இன்ச் விட்டம் மற்றும் 2 மீட்டர் நீளம்) உபயோகிக்கலாம்.

20. *Buchanania lanzan* Spreng.

பக்கனேனியா லேன்ஸான்

ஒத்தபெயர்	:	பக்கனேனியா லேட்டி.'.போலியா
குடும்பம்	:	அனகார்டியேசியே
பொது பெயர்	:	கடப்பா ஆல்மண்ட்
உள்ளூர் பெயர்கள்	:	மொரல்லா (தமிழ), முங்பெரா (மலையாளம்), நூர்கல் (கன்னடம்), சாரா (தெலுங்கு), பியர் (ஹிந்தி)

1.	மரத்தின் இயல்புகள்	:	சிறு முதல் மிதமான அளவில் வளரக்கூடிய இம்மரம் பசுமைமாறா வகையைச் சேர்ந்தது. சிறிய இலை உச்சியையும், அடிமரத்தையும் கொண்டது.
2.	பயன்கள்	:	காய்கள் உண்ணக்கூடியன. மரம் வெட்டுமரமாக பயன்படுகின்றது.
3.	விதை சேகரிப்பு காலம்	:	ஏப்ரல் - மே
4.	விதை எடை	:	3,000 – 5000 விதைகள் / கிலோ
5.	விதை நம்பகத்தன்மை	:	1 வருடம்
6.	விதை முளைப்பு சதவிகிதம்	:	40 – 70%
7.	விதை முளைப்பு காலம்	:	15– 25 நாட்கள்
8.	நாற்று சதவிகிதம்	:	80 - 87%
9.	விதை நேர்த்தி	:	விதைகள் குளிர்நீரில் ஓர் இரவு முழுவதும் ஊற வைக்கப்பட வேண்டும்.
10.	நாற்று உற்பத்தி	:	விதைகளை நேரடியாக பாலித்தீன் பைகளில் ஊன்ற வேண்டும்.
11.	விதையில்லா இனப்பெருக்கம்	:	அரை அடி நீளமும் 2 கனுவும் கூடிய பென்சில் அளவு கடின தண்டுக் குச்சிகளை உபயோகப்படுத்தலாம்.

21. *Butea monosperma* (Lam.) Taub.

ப்யுட்டியா மோனோஸ்பெர்மா

ஒத்தபெயர்கள்	:	எரித்ரினா மோனோஸ்பேர்மா, ப்யுட்டியா ப்ரான்டோஸா
குடும்பம்	:	லெகுமினேசியே - ஃபேபாய்டியே
பொது பெயர்	:	ப்ளேம் ஆப் தி ப்பாரஸ்ட்
உள்ளூர் பெயர்கள்	:	இலை பொரசு (தமிழ), பிரம்ம விருக்ஷம் (மலையாளம்), மதுகா (கன்னடம்), மொடுகா (தெலுங்கு), தக் (ஹிந்தி)

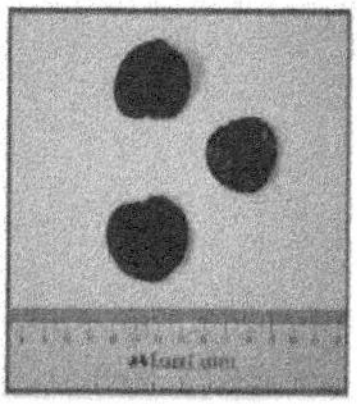

1.	மரத்தின் இயல்புகள்	:	சிறிய முதல் நடுத்தர அளவிலுள்ள இலையுதிர் மரம்
2.	பயன்கள்	:	மரம் அரக்கு பூச்சிகளுக்கு உணவாகவும், இலைகள் தட்டு செய்யவும் பயன்படுகிறது.
3.	விதை சேகரிப்பு காலம்	:	பிப்ரவரி - மே
4.	விதை எடை	:	9,850 – 14,790 விதைகள் / கிலோ
5.	விதை நம்பகத்தன்மை	:	1வருடம்
6.	விதை முளைப்பு சதவிகிதம்	:	70– 80%
7.	விதை முளைப்பு காலம்	:	5 – 16 நாட்கள்
8.	நாற்று சதவிகிதம்	:	70%
9.	விதை நேர்த்தி	:	காய்களை வெயிலில் உலர்த்தி , அடித்து, தூற்றி விதைகளைப் பிரித்தெடுக்க வேண்டும்.
10.	நாற்று உற்பத்தி	:	விதைகளை நேரடியாக பாலித்தீன் பைகளில் ஊன்ற வேண்டும்.
11.	விதையில்லா இனப்பெருக்கம்	:	அவசியம் இல்லை

22. *Calophyllum inophyllum* L.

கேலோ.ஃ.பிள்ளம் இனோ.ஃ.பிள்ளம்

ஒத்தபெயர்	: இல்லை
குடும்பம்	: குட்டி.ஃ.பேரே (க்ளூசியேசியே)
பொது பெயர்	: போர்னியோ மகாகொனி
உள்ளூர் பெயர்கள்	: புன்னை (தமிழ்), புன்னா (மலையாளம்), புன்னகமு (தெலுங்கு), வுமா (கன்னடம்)

1.	மரத்தின் இயல்புகள்	: நடுத்தர அளவில் வளரக்கூடிய பசுமைமாறா மரம்.
2.	பயன்கள்	: மரம் தச்சு பொருட்கள் செய்வதற்கும், விதையிலிருந்து பெறப்படும் எண்ணெய் விளக்கு எரிக்கவும், இலைகள் மீன் விஷமாகவும், மலர்கள் மருத்துவத்திலும் பயன்படுகிறது.
3.	விதை சேகரிப்பு காலம்	: ஏப்ரல் - ஜூன்
4.	விதை எடை	: 37 – 212 காய்கள் / கிலோ
5.	விதை நம்பகத்தன்மை	: 1 வாரம்
6.	விதை முளைப்பு சதவிகிதம்	: 90%
7.	விதை முளைப்பு காலம்	: 14–25 நாட்கள்
8.	நாற்று சதவிகிதம்	: 70%
9.	விதை நேர்த்தி	: விதை நேர்த்தி தேவையில்லை. விதைத் தோல் நீக்கம் மட்டும் போதுமானது.
10.	நாற்று உற்பத்தி	: விதைகளை பாலித்தீன் பைகளில் விதைக்கலாம்.
11.	விதையில்லா இனப்பெருக்கம்	: அவசியம் இல்லை

23. *Cassia fistula* L.

கேஷியா.ஃபிஸ்டுலா

ஒத்தபெயர்கள்	:	கேஷியா .ஃபிஸ்டுலா, கேஷியா ராம்பி.ஃபோலியா
குடும்பம்	:	லெகுமினேசியே – சிசல்பினாயிடியே
பொது பெயர்	:	சரக் கொன்றை
உள்ளூர் பெயர்கள்	:	சரக் கொன்னை (தமிழ்), கனி கொன்னா (மலையாளம்), கொன்னியா (கன்னடம்), ரேலா (தெலுங்கு), அமல்டாஸ் (ஹிந்தி)

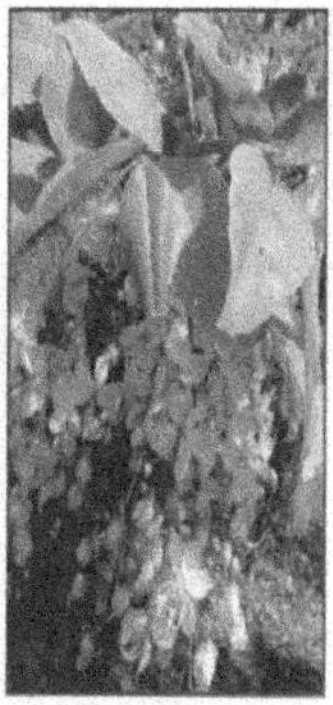

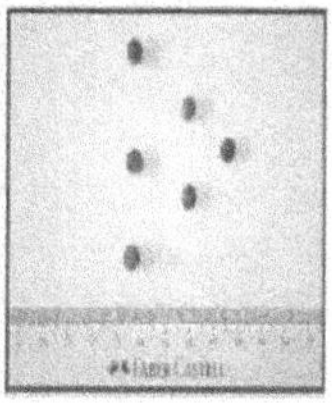

1.	மரத்தின் இயல்புகள்	:	மெதுவாக வளரக்கூடிய நடுத்தர அளவிலுள்ள இம்மரம் இலையுதிர் வகையைச் சேர்ந்தது.
2.	பயன்கள்	:	நிழற்சாலை மரமாகவும், சிறிய கட்டுமானத்திலும், மருத்துவத்திலும் பயன்படுகிறது.
3.	விதை சேகரிப்பு காலம்	:	ஜனவரி - மே
4.	விதை எடை	:	5,640 - 6,500 விதைகள் / கிலோ
5.	விதை நம்பகத்தன்மை	:	3 வருடங்கள்
6.	விதை முளைப்பு சதவிகிதம்	:	22 - 65%
7.	விதை முளைப்பு காலம்	:	10–40 நாட்கள்
8.	நாற்று சதவிகிதம்	:	70%
9.	விதை நேர்த்தி	:	விதைகளை குளிர்நீரில் 24 மணி நேரத்திற்கு ஊற வைக்க வேண்டும்.
10.	நாற்று உற்பத்தி	:	தரம் பிரித்து ஊறவைக்கப்பட்ட விதைகளை நேரடியாக பாலித்தீன் பைகளில் (பைக்கு 2 விதைகள்) ஊன்றலாம்.
11.	விதையில்லா இனப்பெருக்கம்	:	அவசியம் இல்லை

24. *Casuarina equisetifolia* L.

கேஷுரினா ஈக்விசெட்டிபோலியா

ஒத்தபெயர்	:	கேஷுரினா லிட்டோரேலிஸ்
குடும்பம்	:	கேஷுரினேசியே
பொது பெயர்	:	பீப் வுட்
உள்ளூர் பெயர்கள்	:	சவுக்கு (தமிழ்), சூலமரம் (மலையாளம்), சருகுடு (தெலுங்கு)

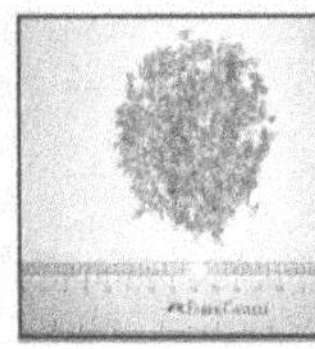

1.	மரத்தின் இயல்புகள்	:	விரைவாக வளரக்கூடிய நடுத்தர அளவிலுள்ள பசுமைமாறா மரம்
2.	பயன்கள்	:	இம்மரம் காகிதக்கூழாகவும், கட்டுமானப் பணியில் சாரங்கள் செய்யவும் பயன்படுகிறது.
3.	விதை சேகரிப்பு காலம்	:	வருடத்திற்கு இருமுறை (ஜனவரி –பிப்ரவரி மற்றும் நவம்பர் - டிசம்பர்)
4.	விதை எடை	:	7,50,000 விதைகள் / கிலோ
5.	விதை நம்பகத்தன்மை	:	6 மாதங்கள்
6.	விதை முளைப்பு சதவிகிதம்	:	50%
7.	விதை முளைப்பு காலம்	:	12–30 நாட்கள்
8.	நாற்று சதவிகிதம்	:	60%
9.	விதை நேர்த்தி	:	விதை நேர்த்தி தேவையில்லை. எனினும் 1.5% நைட்ரிக் அமில கரைசல் மற்றும் 7.5% பிளிச்சிங் தூள் கரைசலில் 36 மணி நேரம் ஊறவைப்பதால் முளைப்புத்திறன் அதிகரிக்கும்.
10.	நாற்று உற்பத்தி	:	விதைகளை நாற்றாங்காலில் விதைத்து, முளைத்தவுடன் 10 செ.மீ. உயரமுள்ள நாற்றுக்களை பாலித்தீன் பைகளில் மாற்றி நட வேண்டும்.
11.	விதையில்லா இனப்பெருக்கம்	:	தேர்ந்தெடுக்கப்பட்ட மரத்திலிருந்து பெறப்பட்ட ஊசி இலைகளை (8 – 10 செ.மீ.) 5% பெவிஸ்டின் கரைசலில் கழுவ வேண்டும். பின்பு அவ்விலைகளை IBA 1000 ppm வேர்ஊக்கி கரைசலில் அமிழ்த்தி எடுத்து நட வேண்டும்.

25. *Chloroxylon swietenia* D.C.

க்ளோரோஸைலான் ஸ்விட்டினியா

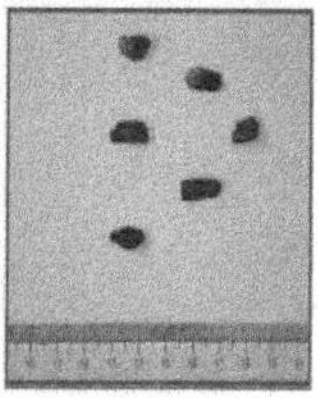

ஒத்தபெயர்	:	ஸ்விட்டினியா க்ளோரோஸைலான்
குடும்பம்	:	ரூட்டேசியே
பொது பெயர்கள்	:	சேட்டின் வுட், ஈஸ்ட் இந்தியன் சேட்டின் வுட்
உள்ளூர் பெயர்கள்	:	பொரசு (தமிழ்), மூட்ட நரி (மலையாளம்), மஷ்வல் (கன்னடம்), பில்லுட்டு (தெலுங்கு), பிர்ரா (ஹிந்தி)

1.	மரத்தின் இயல்புகள்	:	சிறு முதல் நடுத்தர அளவு வரை வளரும் இம்மரம் இலையுதிர் வகையைச் சேர்ந்தது. சிறிய மற்றும் வளைந்த மரத்தைப் பெற்றிருக்கும்.
2.	பயன்கள்	:	இம்மரத்திலிருந்து பெறப்படும் வெட்டுமரம் பாலம் மற்றும் வீடு கட்டுவதற்கும், வேளாண் உபகரணங்கள், தனியறைப்பெட்டி மற்றும் தச்சுப் பொருட்கள் செய்வதற்கும் பயன்படுகிறது. மரவேலைப்பாடுகள் மற்றும் புகைப்பட தயாரிப்புக்கும் பயன்படுகிறது.
3.	விதை சேகரிப்பு காலம்	:	மே – ஆகஸ்ட்
4.	விதை எடை	:	1,344 - 3,111 விதைகள் / கிலோ
5.	விதை நம்பகத்தன்மை	:	1 மாதம்
6.	விதை முளைப்பு சதவிகிதம்	:	41 – 73%
7.	விதை முளைப்பு காலம்	:	10–17 நாட்கள்
8.	நாற்று சதவிகிதம்	:	58 -64%
9.	விதை நேர்த்தி	:	அவசியம் இல்லை
10.	நாற்று உற்பத்தி	:	விதைகளை நேரடியாக பாலித்தீன் பைகளில் ஊன்றலாம்.
11.	விதையில்லா இனப்பெருக்கம்	:	அவசியம் இல்லை

26. *Chukrasia tabularis* A. Juss.

சுக்ரேசியா டேபூலேரிஸ்

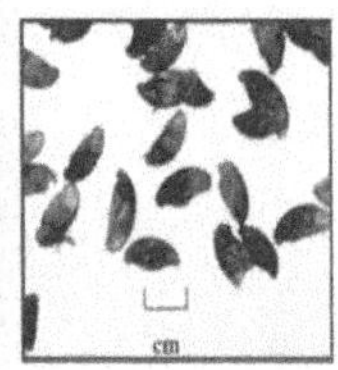

ஒத்தபெயர் : சுக்ரேசியா வெலுடினா

குடும்பம் : மீலியேசியே

பொது பெயர்கள் : இந்தியன் ரெட்வுட், சிட்டகாங்வுட்

உள்ளூர் பெயர்கள் : மதகிரி வேம்பு (தமிழ்), சுவன்நாகில் (மலையாளம்), தல்மரா (கன்னடம்), கொண்டவேபா (தெலுங்கு), சிக்ரசி (ஹிந்தி)

1.	மரத்தின் இயல்புகள்	:	மிக விரைவாகவும், உயரமாகவும் வளரும் இம்மரம் இலையுதிர் வகையைச் சேர்ந்தது.
2.	பயன்கள்	:	மரம் பெட்டிகள் செய்வதற்கும், கட்டுமானத்திற்கும், பிசின் எடுப்பதற்கும், பட்டை மருத்துவ குணங்களைக் கொண்டதாகவும் உள்ளது.
3.	விதை சேகரிப்பு காலம்	:	டிசம்பர் - ஜனவரி
4.	விதை எடை	:	30,000 - 53,000 விதைகள் / கிலோ
5.	விதை நம்பகத்தன்மை	:	3 மாதங்கள்
6.	விதை முளைப்பு சதவிகிதம்	:	23 – 90%
7.	விதை முளைப்பு காலம்	:	7–10 நாட்கள்
8.	நாற்று சதவிகிதம்	:	50%
9.	விதை நேர்த்தி	:	விதைகளை நீரில் 6 மணி நேரம் ஊறவைக்க வேண்டும்.
10.	நாற்று உற்பத்தி	:	விதைகளை நாற்றங்காலில் விதைத்து 5-8 செ.மீ வளர்ந்தவுடன் நாற்றுக்களை பாலித்தீன் பைகளில் மாற்றி நட வேண்டும்.
11.	விதையில்லா இனப்பெருக்கம்	:	அவசியம் இல்லை

27. *Cochlospermum religiosum* DC.

காக்ளோஸ்பேர்மம் ரிலிஜியோஸம்

ஒத்தபெயர்	:	காக்ளோஸ்பேர்மம் காஸிபியம்
குடும்பம்	:	பிக்ஸேசியே
பொது பெயர்	:	எள்ளோ சில்க் காட்டன் மரம்
உள்ளூர் பெயர்கள்	:	காட்டுப்பருத்தி (தமிழ), செம்பனி (மலையாளம்), அரசின் புருகா (கன்னடம்), கொண்டகோகு (தெலுங்கு), கல்கல் (ஹிந்தி)

1.	மரத்தின் இயல்புகள்	:	சிறு முதல் நடுத்தர அளவில் வளரக்கூடிய இலையுதிர் மரம்.
2.	பயன்கள்	:	பட்டை மருத்துவத்திலும், மரம் எரிபொருளாகவும் பயன்படுகிறது.
3.	விதை சேகரிப்பு காலம்	:	மே - ஜுலை
4.	விதை எடை	:	13,400 விதைகள் / கிலோ
5.	விதை நம்பகத்தன்மை	:	1 - 2 மாதங்கள்
6.	விதை முளைப்பு சதவிகிதம்	:	8%
7.	விதை முளைப்பு காலம்	:	25 நாட்கள்
8.	நாற்று சதவிகிதம்	:	80%
9.	விதை நேர்த்தி	:	விதைகளை நீரில் 24 மணி நேரத்திற்கு ஊறவைக்க வேண்டும்.
10.	நாற்று உற்பத்தி	:	விதைகளை நாற்றங்காலில் தூவி ஆறு மாதத்திற்குப் பிறகு முளைத்த நாற்றுக்களை பாலித்தீன் பைகளில் மாற்றி நட வேண்டும்.
11.	விதையில்லா இனப்பெருக்கம்	:	அவசியம் இல்லை

28. *Dalbergia latifolia* Roxb.

டால்பேர்ஜியா லேட்டி·.போலியா

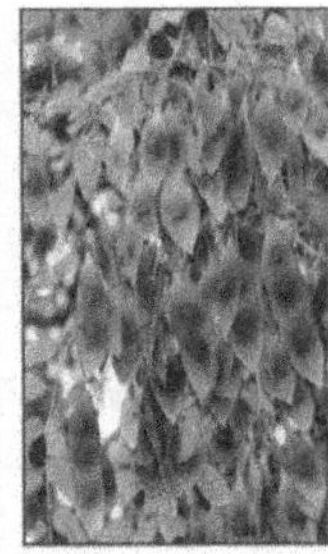

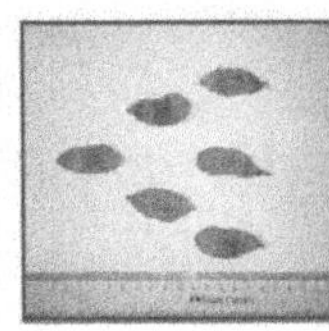

ஒத்தபெயர்கள் : டால்பெர்ஜியா இமர்ஜினேட்டா, அமெரிம்னான் லேட்டி·.போலியம்

குடும்பம் : லெகுமினேசியே – பேபாய்டியே

பொது பெயர் : ரோஸ்வுட்

உள்ளூர் பெயர்கள் : ஈட்டி (தமிழ்), வீட்டி (மலையாளம்), தொடகட்டி (கன்னடம்), கிட்ரேகி (தெலுங்கு), பைலாயதா (ஹிந்தி)

1. மரத்தின் இயல்புகள் : மெதுவாக வளரக்கூடிய பெரிய இலையுதிர் மரம்
2. பயன்கள் : வெட்டுமரமாக பயன்படுகிறது.
3. விதை சேகரிப்பு காலம் : டிசம்பர் - ஏப்ரல்
4. விதை எடை : 21,000 விதைகள் / கிலோ
5. விதை நம்பகத்தன்மை : விதை நம்பகத்தன்மை ஆறு மாதம் வரை நன்றாக இருக்கும். ஆனால் 1 வருடம் வரை விதையை சேமிக்கலாம்.
6. விதை முளைப்பு சதவிகிதம் : 65%
7. விதை முளைப்பு காலம் : 7-21 நாட்கள்
8. நாற்று சதவிகிதம் : 50%
9. விதை நேர்த்தி : காய்களை குளிர்நீரில் 24 மணி நேரத்திற்கு ஊற வைக்க வேண்டும். பின்பு காய்களை வெளியே எடுத்து ஈரசனல் பையில் கட்டி 2% பெவிஸ்டின் கரைசலில் ஒன்று அல்லது இரண்டு நாட்கள் ஊறவைக்க வேண்டும்.
10. நாற்று உற்பத்தி : விதைகளை நாற்றாங்காலில் விதைத்து முளைத்தவுடன் பாலித்தீன் பைகளில் ஊன்றி நீர் விட வேண்டும்.
11. விதையில்லா இனப்பெருக்கம் : பிளவு ஒட்டு முறை

29. *Dalbergia sissoo* Roxb. ex DC.

டால்பேர்ஜியா சிசு

ஒத்தபெயர்	:	அமெரிம்னான் சிசு
குடும்பம்	:	லெகுமினேசியே – பேபாய்டியே
பொது பெயர்கள்	:	சிசு மற்றும் சிசாம்
உள்ளூர் பெயர்கள்	:	சிசு (தமிழ், தெலுங்கு, ஹிந்தி), சிசாம் (மலையாளம், கன்னடம்)

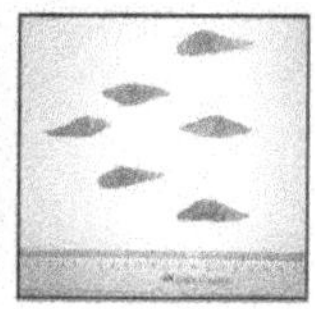

1.	மரத்தின் இயல்புகள்	:	விரைவாக வளரக்கூடிய பெரிய இலையுதிர் மரம்
2.	பயன்கள்	:	தச்சு பொருட்கள் மற்றும் ஒட்டுப்பலகை செய்வதற்குப் பயன்படுகிறது.
3.	விதை சேகரிப்பு காலம்	:	நவம்பர் - மார்ச்
4.	விதை எடை	:	50,000 – 53,000 விதைகள் / கிலோ
5.	விதை நம்பகத்தன்மை	:	விதை நம்பகத்தன்மை ஆறு மாதம் வரை நன்றாக இருக்கும். ஆனால் 1 வருடம் வரை விதையை சேமிக்கலாம்.
6.	விதை முளைப்பு சதவிகிதம்	:	90%
7.	விதை முளைப்பு காலம்	:	8-20 நாட்கள்
8.	நாற்று சதவிகிதம்	:	70%
9.	விதை நேர்த்தி	:	குளிர்நீரில் 24 மணி நேரம் ஊறவைப்பதால் விதை முளைப்பு தன்மை அதிகரிக்கும்.
10.	நாற்று உற்பத்தி	:	விதைகளை நாற்றாங்காலில் விதைக்க வேண்டும். விதை முளைத்த பிறகு, 5 செ.மீ உயரமுடைய நாற்றுக்களை பாலித்தீன் பைகளில் மாற்றி நட வேண்டும்.
11.	விதையில்லா இனப்பெருக்கம்	:	கடினமான தண்டுக்குச்சிகள் அல்லது கிளைவெட்டுக்களை உபயோகப்படுத்தலாம்.

30. *Delonix regia* (Bojer.ex Hook.) Rafin.

டெலோனெக்ஸ் ரீஜியா

ஒத்தபெயர்	:	போயின்சினா ரீஜியா
குடும்பம்	:	பேபேசியே - சீசல்பினாயிடியே
பொது பெயர்	:	குல்மோஹர்
உள்ளூர் பெயர்கள்	:	வாதநாராயணன் (தமிழ), அலசிபூமரம் (மலையாளம்), கெம்பு தோரை (கன்னடம்), எரட்டுரயி (தெலுங்கு), குல்மோஹர் (ஹிந்தி)

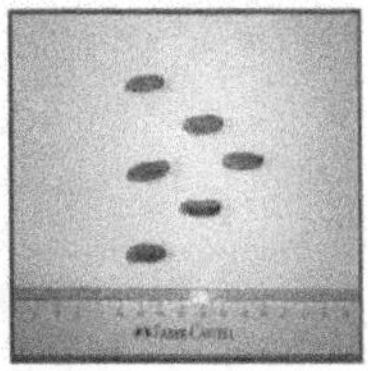

1.	மரத்தின் இயல்புகள்	:	விரைவாக வளரக்கூடிய, நடுத்தர அளவிலுள்ள இலையுதிர் மரம்.
2.	பயன்கள்	:	மரம் தச்சுப் பொருட்களுக்கான கைபிடி மற்றும் சீப்புகள் செய்வதற்கும், எரிபொருளாகவும் பயன்படுகிறது. அழகு மரமாகவும் வளர்க்கப்படுகின்றது.
3.	விதை சேகரிப்பு காலம்	:	ஆகஸ்ட் - அக்டோபர்
4.	விதை எடை	:	2,250 – 3,245 விதைகள்/ கிலோ
5.	விதை நம்பகத்தன்மை	:	2 வருடங்கள்
6.	விதை முளைப்பு சதவிகிதம்	:	25 - 68%
7.	விதை முளைப்பு காலம்	:	7-30 நாட்கள்
8.	நாற்று சதவிகிதம்	:	19 - 30%
9.	விதை நேர்த்தி	:	விதைகளை கொதிநீரில் போட்டு பின்பு 5 நாட்களுக்கு அந்நீரிலேயே ஊற விட வேண்டும் அல்லது விதைகளை குளிர்நீரில் 10 நாட்கள் ஊறவிட வேண்டும்.
10.	நாற்று உற்பத்தி	:	விதை நேர்த்தி செய்யப்பட்ட விதைகளை நேரடியாக பாலித்தீன் பைகளில் ஊன்றலாம்.
11.	விதையில்லா இனப்பெருக்கம்	:	அவசியம் இல்லை.

31. *Dendrocalamus strictus* (Roxb.) Nees

டென்ட்ரோகலாமஸ் ஸ்ட்ரிக்டஸ்

ஒத்தபெயர்	:	பேம்பூஸா ஸ்ட்ரிக்டஸ்
குடும்பம்	:	போயேசியே (கிராமினே)
பொது பெயர்	:	சாலிட் பேம்பூ
உள்ளூர் பெயர்கள்	:	கல்மூங்கில் (தமிழ), கல்லன் முலா (மலையாளம்), சன்ன பித்ரு (கன்னடம்), கட்டி வெதுரு (தெலுங்கு), லத்தி பன்ஸ் (ஹிந்தி)

1.	மரத்தின் இயல்புகள்	:	அடர்ந்த கிளைகளையுடைய மூங்கில். இலையுதிர் வகையைச் சேர்ந்தது.
2.	பயன்கள்	:	காகிதக்கூழ, கட்டுமானம், வேளாண் உபகரணங்கள் மற்றும் இசைக்கருவிகள் செய்யப் பயன்படுகிறது.
3.	விதை சேகரிப்பு காலம்	:	மார்ச் - மே (20 – 60 வருடங்களுக்கு ஒரு முறை)
4.	விதை எடை	:	30,000 – 35,000 விதைகள்/ கிலோ
5.	விதை நம்பகத்தன்மை	:	2– 3 மாதங்கள்
6.	விதை முளைப்பு சதவிகிதம்	:	61%
7.	விதை முளைப்பு காலம்	:	7-17 நாட்கள்
8.	நாற்று சதவிகிதம்	:	56%
9.	விதை நேர்த்தி	:	குளிர்நீரில் 24 மணி நேரம் ஊற வைப்பதால் விதை முளைப்புத்திறன் அதிகரிக்கும்.
10.	நாற்று உற்பத்தி	:	விதைகளை நாற்றாங்காலில் விதைத்து, முளைத்தவுடன் பாலித்தீன் பைகளில் மாற்றி நட வேண்டும் அல்லது ஒற்றைக் கனுவுள்ள தண்டுக் குச்சிகளை வேர் ஊக்கி கரைசலில் (IBA 400 ppm) 4 மணி நேரம் ஊற வைத்து பின்பு பாலித்தீன் பைகளில் நடலாம். வேர்ஊக்கிகள் வேர் உருவாக 90% அதிக வழிவகுக்கும்.
11.	விதையில்லா இனப்பெருக்கம்	:	ஒற்றைக் கனுவுள்ள தண்டுக் குச்சிகளை வேர் ஊக்கி கரைசலில் (IBA 400 ppm) 4 மணி நேரம் ஊற வைத்து பின்பு பாலித்தீன் பைகளில் நடலாம். வேர்ஊக்கிகள் வேர் உருவாக 90% அதிக வழிவகுக்கும்.

32. *Dolichandrone crispa* (Heyne ex. Roth) Spr.

டோலிசேன்ட்ரோன் க்ரிஸ்பா

ஒத்தபெயர்கள்	:	பிக்னோன்னியா க்ரிஸ்பா, டோலிசேன்ட்ரோன் அட்ரோவைரன்ஸ்
குடும்பம்	:	பிக்னோனியேசியே
பொது பெயர்	:	வேவி ட்ரம்பெட் ப்ளவர்
உள்ளூர் பெயர்கள்	:	பூம்பாதிரி (தமிழ), வட்டலப்பு (மலையாளம்), பெலுதுரா (கன்னடம்), நீரு (தெலுங்கு)

1.	மரத்தின் இயல்புகள்	:	செந்சந்தனத்துடன் இணைந்து காணப்படும் வறண்ட இலையுதிர் மரம்.
2.	பயன்கள்	:	மரம் எரிபொருளுக்கும், இலை தீவனத்திற்கும் பயன்படுகிறது.
3.	விதை சேகரிப்பு காலம்	:	ஜனவரி – ஏப்ரல்
4.	விதை எடை	:	30,000 விதைகள்/ கிலோ
5.	விதை நம்பகத்தன்மை	:	8 மாதங்கள்
6.	விதை முளைப்பு சதவிகிதம்	:	54%
7.	விதை முளைப்பு காலம்	:	15 நாட்கள்
8.	நாற்று சதவிகிதம்	:	48 %
9.	விதை நேர்த்தி	:	தேவையில்லை
10.	நாற்று உற்பத்தி	:	விதைகளை நேரடியாக பாலித்தீன் பைகளில் ஊன்றவும்
11.	விதையில்லா இனப்பெருக்கம்	:	இல்லை.

33. *Emblica officinalis* Gaertn.

எம்ப்ளிக்கா அ.ॱ.பிசினாலிஸ்

ஒத்தபெயர்கள் : ∴ பிள்ளேன்தஸ் எம்ப்ளிக்கா, சிகா எம்ப்ளிக்கா

குடும்பம் : யுபோர்பியேசியே

பொது பெயர் : மர நெல்லி

உள்ளூர் பெயர்கள் : நெல்லி (தமிழ், மலையாளம், கன்னடம்), உசிரி (தெலுங்கு), ஆம்லா (ஹிந்தி)

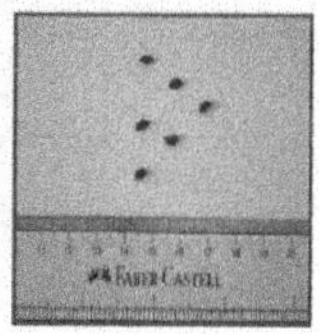

1.	மரத்தின் இயல்புகள்	:	விரைவாக வளரக்கூடிய, நடுத்தர அளவிலுள்ள இலையுதிர் மரம்.
2.	பயன்கள்	:	மரம் வேளாண் உபகரணங்கள் செய்யப் பயன்படுகிறது. உண்ணக்கூடிய காய்கள் மருத்துவ குணங்களைக் கொண்டுள்ளது.
3.	விதை சேகரிப்பு காலம்	:	டிசம்பர் - ஜனவரி
4.	விதை எடை	:	65,000 –90,000 விதைகள்/ கிலோ
5.	விதை நம்பகத்தன்மை	:	2 மாதங்கள்
6.	விதை முளைப்பு சதவிகிதம்	:	40 - 50 %
7.	விதை முளைப்பு காலம்	:	14 – 21 நாட்கள்
8.	நாற்று சதவிகிதம்	:	80 %
9.	விதை நேர்த்தி	:	விதைகளை சாணக் சேற்றுக் குழம்பில் 48 மணி நேரம் ஊற வைப்பதால் முளைப்புத் திறன் அதிகரிக்கும்.
10.	நாற்று உற்பத்தி	:	விதை நேர்த்தி செய்யப்பட்ட விதைகளை நேரடியாக பாலித்தீன் பைகளில் விதைக்கலாம்.
11.	விதையில்லா இனப்பெருக்கம்	:	பிளவு ஒட்டு முறை

34. *Eucalyptus globulus* Labill.

யுகலிப்ட்ஸ் க்ளோபுலஸ்

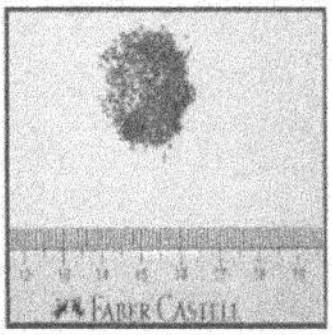

ஒத்தபெயர்கள்	: யுகலிப்டஸ் கார்டேட்டா, யுகலிப்டஸ் க்லேன்ஜ்
குடும்பம்	: மிர்டேசியே
பொது பெயர்	: ப்ளூ கம்
உள்ளூர் பெயர்கள்	: தைலமரம் (தமிழ்), யுகலி (மலையாளம்), நீலகிரி (தெலுங்கு)

1.	மரத்தின் இயல்புகள்	: விரைவாக வளரக்கூடிய, பெரிய பசுமைமாறா மரம்
2.	பயன்கள்	: காகிதக் கூழாகவும், எரிபொருளாகவும் பயன்படுகிறது. இலைகளிலிருந்து எடுக்கப்படும் வாசனை எண்ணெய் மருத்துவ குணங்களைக் கொண்டது.
3.	விதை சேகரிப்பு காலம்	: மார்ச் - செப்டம்பர்
4.	விதை எடை	: 1,800,00 விதைகள்/ கிலோ
5.	விதை நம்பகத்தன்மை	: 1 வருடம்
6.	விதை முளைப்பு சதவிகிதம்	: 30 -70 %
7.	விதை முளைப்பு காலம்	: 10–30 நாட்கள்
8.	நாற்று சதவிகிதம்	: 30 %
9.	விதை நேர்த்தி	: தேவையில்லை
10.	நாற்று உற்பத்தி	: 2-5 கிராம் விதைகளை 1 சதுர மீட்டர் நாற்றங்காலில் விதைக்க வேண்டும். 40 நாட்களுக்குப் பிறகு முளைத்த நாற்றுக்களை பாலித்தீன் பைகளில் மாற்றி நட வேண்டும்.
11.	விதையில்லா இனப்பெருக்கம்	: தண்டுக்குச்சிகளை 5% பெவிஸ்டின் கரைசலில் நனைத்து பின் அடிபாகத்தை 4000 ppm IBA கரைசலில் நனைத்து நட வேண்டும்

35. *Eucalyptus tereticornis* Sm.

யுகலிப்ட்ஸ் டெரிடிகார்னிஸ்

ஒத்தபெயர்கள்	:	யுகலிப்டஸ் அம்பெல்லேட், யுகலிப்டஸ் சுபுலேடா
குடும்பம்	:	மிர்டேசியே
பொது பெயர்கள்	:	∴பாரஸ்ட் ரெட் கம் மற்றும் மைசூர் கம்
உள்ளூர் பெயர்கள்	:	தைலமரம் (தமிழ்), ஹைபிரிட் (மலையாளம்), நீலகிரி (தெலுங்கு), ச∴பேதா (ஹிந்தி)

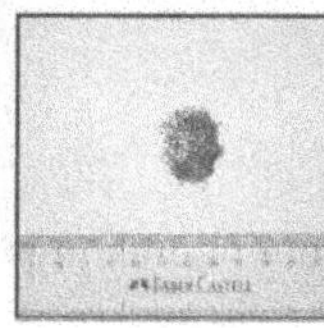

1.	மரத்தின் இயல்புகள்	:	விரைவாக வளரக்கூடிய, பெரிய பசுமைமாறா மரம்
2.	பயன்கள்	:	காகிதக் கூழாகவும், எரிபொருளாகவும் பயன்படுகிறது. இலைகளிலிருந்து வாசனை எண்ணெய் எடுக்கப்படுகிறது.
3.	விதை சேகரிப்பு காலம்	:	அக்டோபர் - நவம்பர் மற்றும் பிப்ரவரி – மார்ச்
4.	விதை எடை	:	3,60,000 விதைகள்/ கிலோ
5.	விதை நம்பகத்தன்மை	:	2 வருடங்கள்
6.	விதை முளைப்பு சதவிகிதம்	:	90 %
7.	விதை முளைப்பு காலம்	:	3 – 15 நாட்கள்
8.	நாற்று சதவிகிதம்	:	30 %
9.	விதை நேர்த்தி	:	தேவையில்லை
10.	நாற்று உற்பத்தி	:	2-5 கிராம் விதைகளை 1 சதுர மீட்டர் நாற்றங்காலில் விதைக்க வேண்டும். 40 நாட்களுக்குப் பிறகு முளைத்த நாற்றுக்களை பாலித்தீன் பைகளில் மாற்றி நட வேண்டும்.
11.	விதையில்லா இனப்பெருக்கம்	:	தண்டுக்குச்சிகளை 5% பெவிஸ்டின் கரைசலில் நனைத்து பின் அடிபாகத்தை 4000 ppm IBA கரைசலில் நனைத்து நட வேண்டும்

36. *Ficus benghalensis* Labill.

∴பைகஸ் பெங்காலென்ஸிஸ்

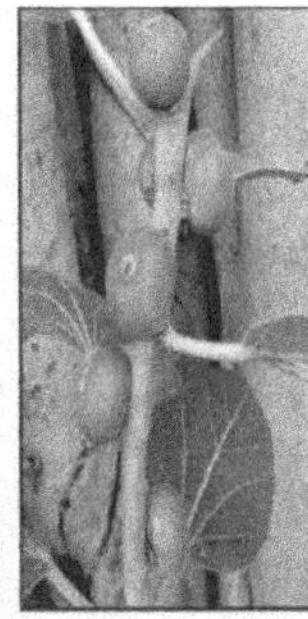

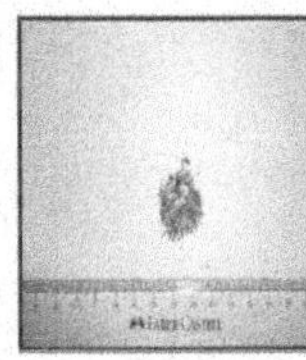

ஒத்தபெயர்கள்	:	∴பைகஸ் பேன்யானா, ∴பைகஸ் இன்டிகா
குடும்பம்	:	மோரேசியே
பொது பெயர்	:	ஆலமரம்
உள்ளூர் பெயர்கள்	:	ஆலம்,ஆலமரம் (தமிழ்), ஆலா (மலையாளம்), ஆலடா மரா (கன்னடம்), மர்ரி (தெலுங்கு), பர் (ஹிந்தி)

1.	மரத்தின் இயல்புகள்	:	படரும் கிளைகளுடன் வளரும் பெரிய பசுமைமாறா மரம். இம்மரத்தின் கிளைகளிலிருந்து வெற்றிட வேர்கள் தரையை நோக்கி வளர்ந்து தூண் போல் ஆகின்றது. இவ்வகை வேர்கள் தூண் வேர்கள் எனப்படும்.
2.	பயன்கள்	:	இலை, காய், பட்டை மற்றும் வேர் மருத்துவத்தில் பயன்படுகிறது.
3.	விதை சேகரிப்பு காலம்	:	அக்டோபர் - டிசம்பர்
4.	விதை எடை	:	19,500 - 19,800 விதைகள்/ கிலோ
5.	விதை நம்பகத்தன்மை	:	1- 2 வருடங்கள்
6.	விதை முளைப்பு சதவிகிதம்	:	40 - 90 %
7.	விதை முளைப்பு காலம்	:	8– 14 நாட்கள்
8.	நாற்று சதவிகிதம்	:	70 %
9.	விதை நேர்த்தி	:	தேவையில்லை
10.	நாற்று உற்பத்தி	:	விதைகளை நாற்றாங்காலில் விதைக்க வேண்டும். முளைத்தவுடன் 8-10 செ.மீ உயரமுள்ள நாற்றுக்களை பாலித்தீன் பைகளில் மாற்றி நட வேண்டும்.
11.	விதையில்லா இனப்பெருக்கம்	:	கடினமான தண்டுக்குச்சிகள் அல்லது தண்டுக்குச்சிகளை உபயோகிக்கலாம்.

37. *Ficus religiosa* L.

∴பைகஸ் ரிலிஜியோஸா

ஒத்தபெயர்கள்	:	உரோஸ்டிக்மா ரிலிஜியோஸம், ∴பைகஸ் சூப்பர்ஷிஷியோஸா
குடும்பம்	:	மோரேசியே
பொது பெயர்	:	அரச மரம்
உள்ளூர் பெயர்கள்	:	அரசு (தமிழ்), அரயல் (மலையாளம்), அரளி (கன்னடம்), ரவி (தெலுங்கு), பீபல் (ஹிந்தி)

1.	மரத்தின் இயல்புகள்	:	விரைவாக வளரக்கூடிய பெரிய இலையுதிர் மரம்.
2.	பயன்கள்	:	நிழற்சாலை மரம்
3.	விதை சேகரிப்பு காலம்	:	செப்டம்பர் - அக்டோபர் மற்றும் பிப்ரவரி – மார்ச்
4.	விதை எடை	:	2,10,000 - 2,20,000 விதைகள்/ கிலோ
5.	விதை நம்பகத்தன்மை	:	2 மாதங்கள்
6.	விதை முளைப்பு சதவிகிதம்	:	90 %
7.	விதை முளைப்பு காலம்	:	10– 15 நாட்கள்
8.	நாற்று சதவிகிதம்	:	70 %
9.	விதை நேர்த்தி	:	தேவையில்லை
10.	நாற்று உற்பத்தி	:	விதைகளை நாற்றாங்காலில் விதைக்க வேண்டும். முளைத்தவுடன் 8-10 செ.மீ உயரமுள்ள நாற்றுக்களை பாலித்தீன் பைகளில் மாற்றி நட வேண்டும்.
11.	விதையில்லா இனப்பெருக்கம்	:	அவசியம் இல்லை

38. *Gmelina arborea* Roxb.

மெலைனா ஆர்போர்யா

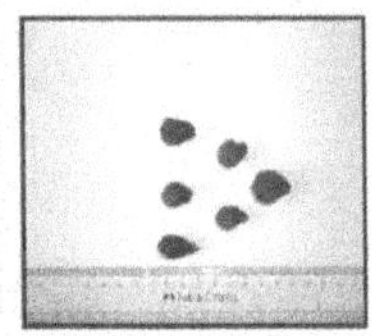

ஒத்தபெயர்	:	இல்லை
குடும்பம்	:	லேமியேசியே
பொது பெயர்	:	வெண்தேக்கு
உள்ளூர் பெயர்கள்	:	குமிழ (தமிழ்), கும்பிழ (மலையாளம்), சிவானி (கன்னடம்), குமுது தேக்கு (தெலுங்கு), கம்ஹார் (ஹிந்தி)

1.	மரத்தின் இயல்புகள்	:	விரைவாக வளரக்கூடிய நடுத்தர அளவுடைய இலையுதிர் மரம்.
2.	பயன்கள்	:	மரம் பெட்டிகள் மற்றும் தச்சுப் பொருட்கள் செய்யப் பயன்படுகிறது
3.	விதை சேகரிப்பு காலம்	:	ஏப்ரல் - ஜுலை
4.	விதை எடை	:	1,500 - 2,500 விதைகள்/ கிலோ
5.	விதை நம்பகத்தன்மை	:	6 - 12 மாதங்கள்
6.	விதை முளைப்பு சதவிகிதம்	:	70 - 80 %
7.	விதை முளைப்பு காலம்	:	10 – 15 நாட்கள்
8.	நாற்று சதவிகிதம்	:	80 %
9.	விதை நேர்த்தி	:	முற்றிய பழுப்பு நிற காய்களை சேகரித்து குவியலாக்க வேண்டும். அல்லது 4-5 நாட்களுக்கு குழியில் புதைத்து எடுத்து நீரில் கழுவி சதைப்பற்றை நீக்க வேண்டும். விதைகளை குளிர் நீரில் 48 மணி நேரத்திற்கு ஊற வைக்க வேண்டும்.
10.	நாற்று உற்பத்தி	:	விதைகளை நேரடியாக பாலித்தீன் பைகளில் ஊன்றலாம்.
11.	விதையில்லா இனப்பெருக்கம்	:	தண்டு குச்சிகளை 750 ppm IBA வேர் ஊக்கி கரைசலில் நனைத்து நட வேண்டும்.

39. *Grevillea robusta* A. Cunn. ex. R. Br.

க்ரீவீலியா ரோபஸ்டா

ஒத்தபெயர் : இல்லை

குடும்பம் : ப்ரோடியேசியே

பொது பெயர் : சில்வர் ஓக்

உள்ளூர் பெயர்கள் : சில்வர் ஓக் (தமிழ், மலையாளம், கன்னடம், தெலுங்கு, ஹிந்தி)

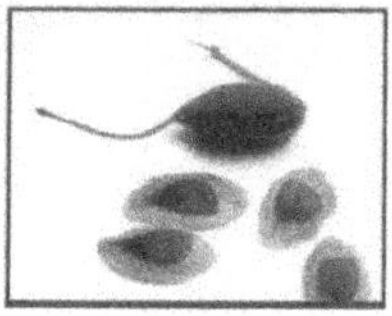

1.	மரத்தின் இயல்புகள்	:	விரைவாக வளரக்கூடிய நடுத்தர அளவுடைய பசுமைமாறா மரம்.
2.	பயன்கள்	:	பெட்டிகள் மற்றும் தச்சுப் பொருட்கள் செய்யப் பயன்படுகிறது
3.	விதை சேகரிப்பு காலம்	:	ஜுன் - செப்டம்பர்
4.	விதை எடை	:	95, 000 விதைகள்/ கிலோ
5.	விதை நம்பகத்தன்மை	:	1 - 2 மாதங்கள்
6.	விதை முளைப்பு சதவிகிதம்	:	20 %
7.	விதை முளைப்பு காலம்	:	15 -30 நாட்கள்
8.	நாற்று சதவிகிதம்	:	50 %
9.	விதை நேர்த்தி	:	விதைகளை வெந்நீரில் 3 நிமிடங்கள் ஊற வைக்க வேண்டும்.
10.	நாற்று உற்பத்தி	:	விதைகளை நாற்றாங்காலில் விதைக்க வேண்டும். முளைத்தவுடன் 6-8 செ.மீ.உயரமுள்ள நாற்றுக்களைப் பாலித்தீன் பைகளில் மாற்றி நட வேண்டும்.
11.	விதையில்லா இனப்பெருக்கம்	:	இல்லை

40. *Hardwickia binata* Roxb.

ஹார்டுவிக்யா பைனேட்டா

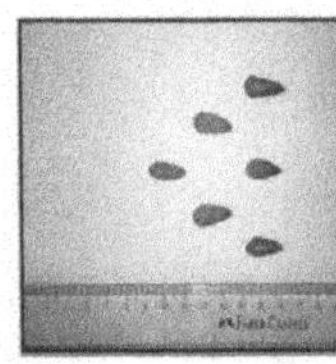

ஒத்தபெயர் : ஹார்டுவிக்யா மன்னி

குடும்பம் : பேபேசியே - சிசல்பினாயிடியே

பொது பெயர் : அஞ்சன்

உள்ளூர் பெயர்கள் : ஆச்சா (தமிழ்), ஆச்சமரம் (மலையாளம்), கம்மாரா (கன்னடம்), ஏபி (தெலுங்கு), அஞ்சன் (ஹிந்தி)

1.	மரத்தின் இயல்புகள்	:	நடுத்தரம் முதல் பெரிய அளவில் வளரும் இலையுதிர் மரம்.
2.	பயன்கள்	:	மரம் வேளாண் உபகரணங்கள் செய்யப் பயன்படுகிறது. பட்டையிலிருந்து கயிறு தயாரிக்கப்படுகிறது. இலைகள் நல்ல தீவனமாகும்.
3.	விதை சேகரிப்பு காலம்	:	மே
4.	விதை எடை	:	4, 800 - 5,200 விதைகள்/ கிலோ
5.	விதை நம்பகத்தன்மை	:	1 வருடம்
6.	விதை முளைப்பு சதவிகிதம்	:	75 - 80 %
7.	விதை முளைப்பு காலம்	:	13 -21 நாட்கள்
8.	நாற்று சதவிகிதம்	:	15 - 32%
9.	விதை நேர்த்தி	:	காய்களை 3-4 நாட்களுக்கு வெயிலில் உலர்த்த வேண்டும். பின்பு குளிர்நீரில் 24 மணி நேரத்திற்கு ஊற வைக்க வேண்டும்.
10.	நாற்று உற்பத்தி	:	விதைகளை நேரடியாக பாலித்தீன் பைகளில் ஊன்றலாம். வேர் வளர்ச்சி அதிகப்படியாக இருப்பதால் பெரிய பாலித்தீன் பைகளில் நட வேண்டும்.
11.	விதையில்லா இனப்பெருக்கம்	:	அவசியம் இல்லை

41. *Holoptelia integrifolia* (Roxb.) Planch.

ஹோலோப்டீலியா இன்டகிரி∴போலியா

ஒத்தபெயர்	:	உல்மஸ் இன்டகிரி ∴போலியஸ்
குடும்பம்	:	உல்மேசியே
பொது பெயர்	:	கஞ்சு
உள்ளூர் பெயர்கள்	:	ஆய மரம் (தமிழ்), ஆவல் (மலையாளம்), தவசை (கன்னடம்), நெமவி (தெலுங்கு), பாப்ரி (ஹிந்தி)

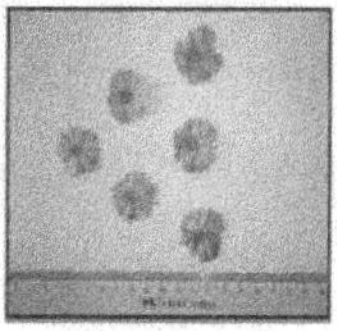

1.	மரத்தின் இயல்புகள்	:	மிதமாக வளரக்கூடிய நடுத்தர அளவிலான இலையுதிர் மரம்.
2.	பயன்கள்	:	குறைந்த விலை தச்சுப்பொருளுக்கும், தீவனத்திற்கும் பயன்படுகிறது.
3.	விதை சேகரிப்பு காலம்	:	ஏப்ரல் - ஜுன்
4.	விதை எடை	:	25, 000 - 28,500 விதைகள்/ கிலோ
5.	விதை நம்பகத்தன்மை	:	7 – 8 மாதங்கள்
6.	விதை முளைப்பு சதவிகிதம்	:	70 - 80 %
7.	விதை முளைப்பு காலம்	:	10 -14 நாட்கள்
8.	நாற்று சதவிகிதம்	:	75 %
9.	விதை நேர்த்தி	:	விதைகளை குளிர்நீரில் 24 மணி நேரம் ஊறவைத்து பின்பு நிழலில் 4-5 மணி நேரம் உலர்த்த வேண்டும்.
10.	நாற்று உற்பத்தி	:	விதைகளை நாற்றாங்காலில் விதைக்க வேண்டும். முளைத்த பிறகு 5-6 செ.மீ உயரமுள்ள நாற்றுக்களை எடுத்து பாலித்தீன் பைகளில் மாற்றி நட வேண்டும்.
11.	விதையில்லா இனப்பெருக்கம்	:	அவசியம் இல்லை

42. *Jacaranda mimosifolia* D.Don.

ஜகரண்டா மைமோஸி.ஃ.போலியா

ஒத்தபெயர் : ஜகரண்டா ஓவலி.ஃ.போலியா

குடும்பம் : பிக்னோனியேசியே

பொது பெயர் : ஜகரண்டா

உள்ளூர் பெயர்கள் : ஜகரண்டா (தமிழ், மலையாளம், கன்னடம், தெலுங்கு, ஹிந்தி)

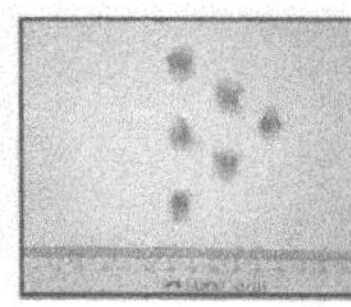

1.	மரத்தின் இயல்புகள்	:	நடுத்தர அளவில் வளரக்கூடிய பசுமைமாறா மரம்.
2.	பயன்கள்	:	நிழற்சாலை மரமாக வளர்க்கப்படுகின்றது. பூக்கள் அழகிய வண்ணத்தில் காணப்படும்.
3.	விதை சேகரிப்பு காலம்	:	நவம்பர் - ஜனவரி
4.	விதை எடை	:	90, 000 - 1,00,000 விதைகள்/ கிலோ
5.	விதை நம்பகத்தன்மை	:	1 வருடம்
6.	விதை முளைப்பு சதவிகிதம்	:	50 - 80 %
7.	விதை முளைப்பு காலம்	:	10 -15 நாட்கள்
8.	நாற்று சதவிகிதம்	:	70%
9.	விதை நேர்த்தி	:	அவசியம் இல்லை. ஆனால் குளிர்நீரில் 6 மணி நேரம் ஊறவைப்பதால் முளைப்புத் திறன் மேம்படும்.
10.	நாற்று உற்பத்தி	:	விதைகளை நாற்றாங்காலில் விதைக்க வேண்டும். முளைத்த பிறகு 5-6 செ.மீ உயரமுள்ள நாற்றுக்களை எடுத்து பாலித்தீன் பைகளில் மாற்றி நட வேண்டும்.
11.	விதையில்லா இனப்பெருக்கம்	:	அவசியம் இல்லை

43. *Lagerstroemia lanceolata* Wall. ex. Cl

லேகர்ஸ்ட்ரோமியா லேன்சியோலேட்டா

ஒத்தபெயர்கள்	:	லேகர்ஸ்ட்ரோமியா மைக்ரோகார்ப்பா, லேகர்ஸ்ட்ரோமியா தாம்சோனி
குடும்பம்	:	லித்ரேசியே
பொது பெயர்	:	பென்தேக்
உள்ளூர் பெயர்கள்	:	வென்தேக் (தமிழ்), வெண்தேக்கு (மலையாளம்), பில்லிநந்தி (கன்னடம்), சின்னகோரன்ட் (தெலுங்கு), பென்தேக் (ஹிந்தி)

1.	மரத்தின் இயல்புகள்	:	மிதவேகத்தில் வளரக்கூடியது. இலையுதிர் வகையைச் சேர்ந்த இம்மரம் நடுத்தரம் முதல் பெரிய அளவில் வளரக்கூடியது.
2.	பயன்கள்	:	கட்டுமானத்திற்கும், தச்சுப்பொருள் செய்வதற்கும், தீவனமாகவும் பயன்படுகிறது.
3.	விதை சேகரிப்பு காலம்	:	ஜனவரி– மார்ச்
4.	விதை எடை	:	2,67, 000 - 3,00,000 விதைகள்/ கிலோ
5.	விதை நம்பகத்தன்மை	:	6 மாதங்கள்
6.	விதை முளைப்பு சதவிகிதம்	:	10 %
7.	விதை முளைப்பு காலம்	:	15 - 21 நாட்கள்
8.	நாற்று சதவிகிதம்	:	45%
9.	விதை நேர்த்தி	:	அவசியம் இல்லை. ஆனால் விதைகளை குளிர்நீரில் 2 மணி நேரம் ஊறவைப்பதன் மூலம் முளைப்புத்திறன் அதிகரிக்கும்
10.	நாற்று உற்பத்தி	:	விதைகளை நாற்றாங்காலில் விதைக்க வேண்டும். முளைத்த பிறகு 8-10 செ.மீ உயரமுள்ள நாற்றுக்களை எடுத்து பாலித்தீன் பைகளில் மாற்றி நட வேண்டும்.
11.	விதையில்லா இனப்பெருக்கம்	:	இல்லை

44. *Lagerstroemia parviflora* Roxb.

லேகர்ஸ்ட்ரோமியா பார்வி.்.ப்ளோரா

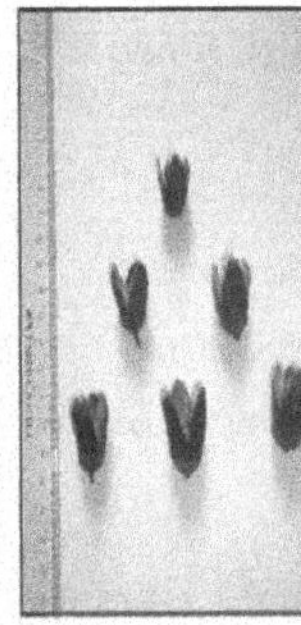

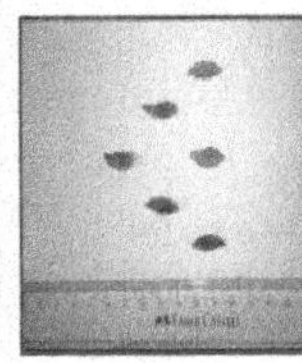

ஒத்தபெயர்	:	இல்லை
குடும்பம்	:	லித்ரேசியே
பொது பெயர்கள்	:	பென்டிக் மற்றும் லெண்டி
உள்ளூர் பெயர்கள்	:	வென்தேக் (தமிழ்), சென்ன்கி (மலையாளம்,கன்னடம்), சின்னங்கி (தெலுங்கு), அதவ்ரி (ஹிந்தி)

1.	மரத்தின் இயல்புகள்	:	சிறிய முதல் நடுத்தர அளவில் வளரக்கூடிய இலையுதிர் மரம்.
2.	பயன்கள்	:	கம்பம், உத்திரம், குறு உத்திரம், வேளாண் உபகரணங்கள், தச்சுப்பொருட்கள், மரக்கரி மற்றும் எரிபொருளுக்கு பயன்படுகிறது.
3.	விதை சேகரிப்பு காலம்	:	ஜனவரி – பிப்ரவரி
4.	விதை எடை	:	26, 000 - 56,000 விதைகள்/ கிலோ
5.	விதை நம்பகத்தன்மை	:	3 மாதங்கள் வரை
6.	விதை முளைப்பு சதவிகிதம்	:	20 %
7.	விதை முளைப்பு காலம்	:	10 - 15 நாட்கள்
8.	நாற்று சதவிகிதம்	:	இன்னும் அறியப்படவில்லை
9.	விதை நேர்த்தி	:	விதைகளை 24 மணி நேரத்திற்கு குளிர்நீரில் ஊற வைக்க வேண்டும்.
10.	நாற்று உற்பத்தி	:	விதைகளை நேரடியாக பாலித்தீன் பைகளில் ஊன்ற வேண்டும்.
11.	விதையில்லா இனப்பெருக்கம்	:	இல்லை

45. *Madhuca latifolia* Roxb.

மதுக்கா லேட்டி∴.போலியா

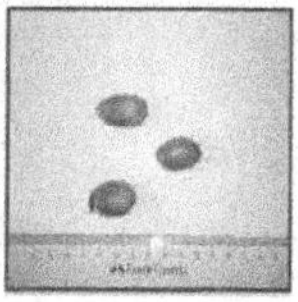

ஒத்தபெயர்கள்	:	மதுக்கா லாங்கி∴.போலியா வகை லேட்டி∴.போலியா, பேஸியா லேட்டி∴.போலியா, மதுக்கா இன்டிகா
குடும்பம்	:	சபோடேசியே
பொது பெயர்	:	இந்தியன் பட்டர் மரம்
உள்ளூர் பெயர்கள்	:	இலுப்பை (தமிழ்), இலுப்பா (மலையாளம்) , மஹீவா (கன்னடம்), இப்பா (தெலுங்கு), மொஹ்வா (ஹிந்தி)

1.	மரத்தின் இயல்புகள்	:	இலையுதிர் வகையைச் சேர்ந்த இம்மரம், பெரியதாகவும் வறட்சியை தாங்கியும் வளரக்கூடியது.
2.	பயன்கள்	:	காய், பட்டை, பூ ஆகியவை மருத்துவ குணங்களைக் கொண்டது. விதைகள் எண்ணெய் எடுக்கப் பயன்படுகிறது.
3.	விதை சேகரிப்பு காலம்	:	ஜுன் - ஜுலை
4.	விதை எடை	:	750 விதைகள்/ கிலோ
5.	விதை நம்பகத்தன்மை	:	10 நாட்கள்
6.	விதை முளைப்பு சதவிகிதம்	:	13-57 %
7.	விதை முளைப்பு காலம்	:	10 நாட்கள்
8.	நாற்று சதவிகிதம்	:	65 %
9.	விதை நேர்த்தி	:	அவசியமில்லை
10.	நாற்று உற்பத்தி	:	முற்றிய காய்களை அழுத்தி விதைகளை பிரித்தெடுக்க வேண்டும். இவ்விதைகளை நேரடியாக நாற்றாங்காலில் விதைத்து, முளைத்தவுடன் நாற்றுக்களை பாலித்தீன் பைகளில் மாற்றி நடவும்.
11.	விதையில்லா இனப்பெருக்கம்	:	பிளவு ஒட்டு முறை மற்றும் அரும்பு ஒட்டு (கிளை தண்டுக்குச்சிகளிலிருந்து சேகரித்த அரும்புகள் அல்லது வட்டபட்டை ஒட்டு 100% செடி உற்பத்தியைக் கொடுக்கும்.

46. *Manilkara hexandra* (Roxb.) Dubard

மணில்காரா ஹெக்ஸான்ட்ரா

ஒத்தபெயர்	:	மைமுசாப்ஸ் ஹெக்ஸான்ட்ரா
குடும்பம்	:	சபோடேசியே
பொது பெயர்	:	சிலோன் அயர்ன் வுட்
உள்ளூர் பெயர்கள்	:	உலக்கைப் பாலை (தமிழ்), கிரினி (மலையாளம்), பகுலா (கன்னடம்), பாலா (தெலுங்கு), க்ரினி (ஹிந்தி)

1.	மரத்தின் இயல்புகள்	:	சிறிய பசுமைமாறா மரம்
2.	பயன்கள்	:	வெட்டுமரம் வேளாண் உபகரணங்கள் செய்வதற்கும், எரிபொருளாகவும் பயன்படுகிறது. பழங்கள் உண்ணக்கூடியவை.
3.	விதை சேகரிப்பு காலம்	:	ஏப்ரல் - ஜுன்
4.	விதை எடை	:	7,575 – 8000 விதைகள்/ கிலோ
5.	விதை நம்பகத்தன்மை	:	6 – 8 மாதங்கள்
6.	விதை முளைப்பு சதவிகிதம்	:	59-60 %
7.	விதை முளைப்பு காலம்	:	15 – 20 நாட்கள்
8.	நாற்று சதவிகிதம்	:	35 - 40%
9.	விதை நேர்த்தி	:	விதைகளை குளிர்நீரில் 24 மணி நேரம் ஊறவைக்க வேண்டும்.
10.	நாற்று உற்பத்தி	:	விதைகளை நேரடியாக பாலித்தீன் பைகளில் ஊன்றலாம்.
11.	விதையில்லா இனப்பெருக்கம்	:	பிளவு ஒட்டு முறை

47. *Melia dubia* Cav.

மீலியா தூபியா

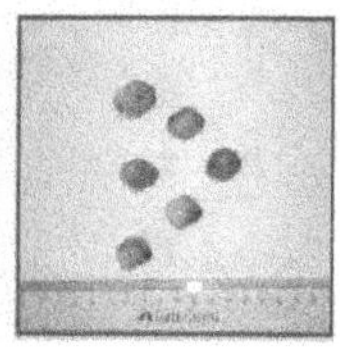

ஒத்தபெயர்கள்	:	மீலியா கம்போசிடா, மீலியா ரொபஸ்டா
குடும்பம்	:	மீலியேசியே
பொது பெயர்	:	மலபார் நீம் வுட்
உள்ளூர் பெயர்கள்	:	மலை வேம்பு (தமிழ்), மல வேம்பு (மலையாளம்), ஹெப்புவு (கன்னடம்), மலபார் வேப்பா (தெலுங்கு), மஹாநிம் (ஹிந்தி)

1.	மரத்தின் இயல்புகள்	:	விரைவாக வளரக்கூடிய பெரிய இலையுதிர் மரம்
2.	பயன்கள்	:	ஒட்டுப்பலகை செய்யப் பயன்படுகிறது.
3.	விதை சேகரிப்பு காலம்	:	அக்டோபர் - பிப்ரவரி
4.	விதை எடை	:	350 – 400 காய்கள்/கிலோ
5.	விதை நம்பகத்தன்மை	:	6 மாதங்கள்
6.	விதை முளைப்பு சதவிகிதம்	:	60 %
7.	விதை முளைப்பு காலம்	:	15 – 30 நாட்கள்
8.	நாற்று சதவிகிதம்	:	70 %
9.	விதை நேர்த்தி	:	விதைகளை நுண்ணலை கதிர்வீச்சில் (1450 hz) 7 – 10 நிமிடங்கள் வைத்து பிறகு நுண்ணுயிரி குழுமத்தில் 12 மணி நேரம் ஊற வைப்பதால், முளைப்புத்திறன் அதிகரிக்கும்.
10.	நாற்று உற்பத்தி	:	விதைநேர்த்தி செய்யப்பட்ட விதைகளை நாற்றங்காலில் விதைத்து, முளைத்த பிறகு 5-6 செ.மீ உயரமுள்ள நாற்றுக்களை எடுத்து பாலித்தீன் பைகளில் மாற்றி நட வேண்டும்.
11.	விதையில்லா இனப்பெருக்கம்	:	இளம் தண்டுக்குச்சிகள் மற்றும் மறுதாம்பு தண்டுகளை IBA 1000 – 2000 ppm அளவுகளில் நனைத்து பயன்படுத்தினால் நன்கு வளரும்.

48. *Michelia champaca* Linn.

மைக்கேலியா சம்பகா

ஒத்தபெயர்	:	மெக்னோலியா செம்பகா
குடும்பம்	:	மெக்னோலியேசியே
பொது பெயர்கள்	:	சம்பகா, கோல்டன் சம்பா
உள்ளூர் பெயர்கள்	:	சென்பகம் (தமிழ்), சென்பகா (மலையாளம்), சம்பிங் (கன்னடம்), சம்பகமு (தெலுங்கு), சம்பா (ஹிந்தி)

1.	மரத்தின் இயல்புகள்	:	பெரிய பசுமைமாறா இம்மரம் உருளையான நடுத்தண்டைப் பெற்றிருக்கும். கீழ்மட்டக் கிளைகள் எளிதாக நீங்கிவிடும்.
2.	பயன்கள்	:	எழில் செடியாகப் பயன்படுகிறது. பட்டை, இலை, பூ மற்றும் வேர் பல்வேறு மருத்துவ குணங்களைக் கொண்டது.
3.	விதை சேகரிப்பு காலம்	:	ஆகஸ்ட் - செப்டம்பர்
4.	விதை எடை	:	14,320 – 17,290 விதைகள் / கிலோ
5.	விதை நம்பகத்தன்மை	:	7 நாட்கள்
6.	விதை முளைப்பு சதவிகிதம்	:	70 - 80 %
7.	விதை முளைப்பு காலம்	:	10 – 14 நாட்கள்
8.	நாற்று சதவிகிதம்	:	40 %
9.	விதை நேர்த்தி	:	கரும்பழுப்பு நிறத்திலுள்ள முற்றிய காய்களை நிழலில் குவியலாக்கி 2-3 நாட்கள் விட வேண்டும். காய்கள் வெடித்தவுடன் மெதுவாக அடித்து விதைகளைப் பிரித்தெடுத்து நீரில் கழுவி விதைமேல் ஒட்டியிருக்கும் சதைப்பற்றை நீக்க வேண்டும். பிரித்தெடுக்கப்பட்ட விதைகளை நிழலில் உலர்த்த வேண்டும்.
10.	நாற்று உற்பத்தி	:	விதைகளை நாற்றாங்கால் மீது தூவியபின் சிறிது மணல் போட்டு விதைகளை மூட வேண்டும். முளைத்தவுடன் 5-7 செ.மீ உயரமுடைய நாற்றுக்களை பாலித்தீன் பைகளில் நட வேண்டும்.
11.	விதையில்லா இனப்பெருக்கம்	:	பிளவு ஒட்டு முறை மற்றும் அரும்பு ஒட்டு முறை. அரும்புகள் மிதமான கடின கிளைகளிலிருந்து எடுக்கப்பட்டிருக்க வேண்டும்.

49. *Mimusops elengi* L.

மைமுசாப்ஸ் எலஞ்சி

ஒத்தபெயர்	:	மைமுசாப்ஸ் பார்விபோலியா
குடும்பம்	:	சப்போடேசியே
பொது பெயர்	:	புல்லட் வுட்
உள்ளூர் பெயர்கள்	:	எலஞ்சி (தமிழ், மலையாளம்), பகோலமரம் (கன்னடம்), பொகடா (தெலுங்கு), பகுல் (ஹிந்தி)

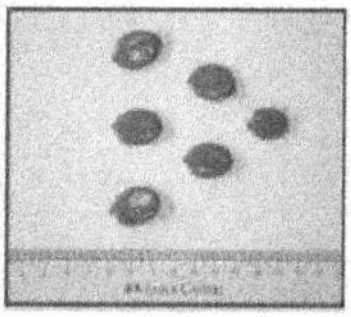

1.	மரத்தின் இயல்புகள்	:	மெதுவாக வளரக்கூடிய பசுமைமாறா மரம். நடுத்தர அளவை எட்டும்.
2.	பயன்கள்	:	கட்டுமானப் பயன்கள்
3.	விதை சேகரிப்பு காலம்	:	ஜுன் - ஜுலை
4.	விதை எடை	:	2000 – 3000 விதைகள்/ கிலோ
5.	விதை நம்பகத்தன்மை	:	2-3 மாதங்கள்
6.	விதை முளைப்பு சதவிகிதம்	:	70 - 80 %
7.	விதை முளைப்பு காலம்	:	30 –45 நாட்கள்
8.	நாற்று சதவிகிதம்	:	55%
9.	விதை நேர்த்தி	:	காய்களிலிருந்து சதைப்பற்றி நீக்கியவுடன் விதைகளை வெந்நீரில் 5 நிமிடம் ஊற வைக்க வேண்டும்.
10.	நாற்று உற்பத்தி	:	விதைகளை நாற்றாங்காலில் விதைக்க வேண்டும். முளைத்தவுடன் 5-6 செ.மீ உயரமுள்ள நாற்றுக்களை எடுத்து பாலித்தீன் பைகளில் மாற்றி நடவேண்டும்.
11.	விதையில்லா இனப்பெருக்கம்	:	இல்லை

50. *Mitragyna parvifolia* (Roxb.) Korth.

மித்ரகைனா பார்வி.ஃ.போலியா

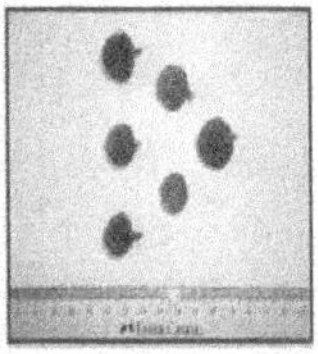

ஒத்தபெயர்கள் : ஸ்டெபிகைன் பார்வி.ஃ.ப்ளோரா,

நாக்லியா பார்வி.ஃ.ப்ளோரா

குடும்பம் : ரூபியேசியே

பொது பெயர்கள் : கைம், கெலி கடம்

உள்ளூர் பெயர்கள் : செலம்பை (தமிழ்),

கோலிகரம் (மலையாளம்),

அட்டகா (கன்னடம்),

பட்டகெனப்பு (தெலுங்கு),

கடம் (ஹிந்தி)

1.	மரத்தின் இயல்புகள்	:	நடுத்தரம் முதல் பெரிய அளவில் வளரக்கூடியது. இலையுதிர் வகையைச் சேர்ந்த இம்மரம் வட்டமான இலையுச்சியைக் கொண்டிருக்கும்.
2.	பயன்கள்	:	கட்டுமானம், வேளாண் உபகரணங்கள், கனமான பெட்டிகள், தூரிகைகள் மற்றும் தீப்பெட்டிகள் செய்யவும், எரிபொருளாகவும் இம்மரம் பயன்படுகிறது.
3.	விதை சேகரிப்பு காலம்	:	நவம்பர் - ஜனவரி
4.	விதை எடை	:	1 கோடி விதைகள் / கிலோ
5.	விதை நம்பகத்தன்மை	:	1 வாரம்
6.	விதை முளைப்பு சதவிகிதம்	:	30 - 56 %
7.	விதை முளைப்பு காலம்	:	20 –30 நாட்கள்
8.	நாற்று சதவிகிதம்	:	5– 10 %
9.	விதை நேர்த்தி	:	அவசியம் இல்லை
10.	நாற்று உற்பத்தி	:	விதைகளை நாற்றாங்காலில் தூவி 2-3 மாதங்களுக்குப் பிறகு பாலித்தீன் பைகளில் மாற்றி நட வேண்டும்.
11.	விதையில்லா இனப்பெருக்கம்	:	இல்லை

51. *Ougeinia oojeinensis* (Roxb.) Hochr.

ஊஜெனியா ஊஜெனென்ஸிஸ்

ஒத்தபெயர்	:	ஊஜெனியா டால்பெர்ஜியாட்ஸ்
குடும்பம்	:	பேபேசியே
பொது பெயர்	:	சந்தன்
உள்ளூர் பெயர்கள்	:	கல்லு வேங்கை (தமிழ்), கனி முட்டல் (கன்னடம்), சிக்குடு (தெலுங்கு), சந்தன் (ஹிந்தி)

1.	மரத்தின் இயல்புகள்	:	சிறு முதல் நடுத்தர அளவு வரை வளரக்கூடிய இலையுதிர் மரம், வளைந்த நடுத்தண்டைப் பெற்றிருக்கும்.
2.	பயன்கள்	:	வெட்டுமரம் உபகரணங்களுக்கு கைபிடியாகவும், வேளாண் உபகரணங்கள் மற்றும் கடல் உபயோக ஒட்டுப்பலகை செய்வதற்கும் பயன்படுகிறது. மேலும் கட்டை வண்டிகளில் சுற்றுருளை, சர்க்கரை பிழியும் உருளை, வேலிக் கம்பம் செய்வதற்கும் பயன்படுகிறது.
3.	விதை சேகரிப்பு காலம்	:	மே - ஜூன்
4.	விதை எடை	:	28,200 - 33,200 விதைகள்/ கிலோ
5.	விதை நம்பகத்தன்மை	:	1 மாதம்
6.	விதை முளைப்பு சதவிகிதம்	:	40 - 80 %
7.	விதை முளைப்பு காலம்	:	10 – 30 நாட்கள்
8.	நாற்று சதவிகிதம்	:	5 – 26%
9.	விதை நேர்த்தி	:	விதைகளை குளிர்நீரில் 24 மணி நேரம் ஊற வைக்க வேண்டும்.
10.	நாற்று உற்பத்தி	:	விதைகளை பெரிய பாலித்தீன் பைகளில் நேரடியாக ஊன்றலாம். (வேர் வளர்ச்சி அபரிமிதமாக இருக்கும்).
11.	விதையில்லா இனப்பெருக்கம்	:	இல்லை

52. *Peltophorum pterocarpum* (DC.) Baker.ex Heyne

பெல்டோபோரம் டீரோகார்பம்

ஒத்தபெயர்	:	பெல்டோபோரம் ∴பெருஜினியம் , இங்கா டீரோகார்ப்பா
குடும்பம்	:	பேபேசியே – சீசல்பினாயிடியே
பொது பெயர்கள்	:	காப்பர் பாட், எல்லோ கோல்டு மோஹர்
உள்ளூர் பெயர்கள்	:	பெருங்கொன்றை (தமிழ்), கொன்ட சின்டா (தெலுங்கு), பூமரம் (மலையாளம்)

1.	மரத்தின் இயல்புகள்	:	விரைவாக வளரக்கூடிய பெரிய பசுமைமாறா மரம்
2.	பயன்கள்	:	நிழற்சாலை மரம். எரிபொருளுக்கும், தனியறைப் பெட்டி செய்வதற்கும் பயன்படுகிறது.
3.	விதை சேகரிப்பு காலம்	:	வருடத்திற்கு இருமுறை (ஜனவரி – மார்ச் மற்றும் ஆகஸ்ட் - அக்டோபர்)
4.	விதை எடை	:	20,000 - 21,000 விதைகள் / கிலோ
5.	விதை நம்பகத்தன்மை	:	1 வருடம்
6.	விதை முளைப்பு சதவிகிதம்	:	20 %
7.	விதை முளைப்பு காலம்	:	18 –25 நாட்கள்
8.	நாற்று சதவிகிதம்	:	75 %
9.	விதை நேர்த்தி	:	வெந்நீரில் 20-30 நிமிடங்கள் விதைகளை ஊற வைக்க வேண்டும்.
10.	நாற்று உற்பத்தி	:	விதைகளை நாற்றாங்காலில் விதைக்க வேண்டும். விதைகள் முளைத்தவுடன் 5-6 செ.மீ உயரமுள்ள நாற்றுக்களை பாலித்தீன் பைகளில் மாற்றி நட வேண்டும்.
11.	விதையில்லா இனப்பெருக்கம்	:	இல்லை

53. *Pongamia pinnata* (L.) Pierre

பொங்கேமியா பின்னேட்டா

ஒத்தபெயர்கள்	:	பொங்கேமியா கிளாபரா, பொங்கேமியா மிட்டிஸ் , டெரிஸ் இன்டிகா
குடும்பம்	:	பேபேசியே – பேபாயிடே
பொது பெயர்கள்	:	கரன்ஞ், இந்தியன் பீச்
உள்ளூர் பெயர்கள்	:	புங்கம் (தமிழ்), பொங்கு (மலையாளம்), ஹான்ஞ் (கன்னடம்), புங்கு (தெலுங்கு), கரன்சி (ஹிந்தி)

1.	மரத்தின் இயல்புகள்	:	நடுத்தர அளவில் வளரக்கூடிய பசுமைமாறா மரம்
2.	பயன்கள்	:	நிழற்சாலை மரமாக வளர்க்கப்படுகின்றது. மரம் வேளாண் உபகரணங்கள் செய்வதற்கும், இலை மருத்துவத்திலும் மற்றும் விதை உயிரி எரிபொருள் தயாரிப்பதற்கும் பயன்படுகிறது.
3.	விதை சேகரிப்பு காலம்	:	ஏப்ரல் - மே
4.	விதை எடை	:	140- 150 காய்கள் / கிலோ, 860 – 1400 விதைகள் / கிலோ
5.	விதை நம்பகத்தன்மை	:	1 – 2 மாதங்கள்
6.	விதை முளைப்பு சதவிகிதம்	:	60 - 90 %
7.	விதை முளைப்பு காலம்	:	10–18 நாட்கள்
8.	நாற்று சதவிகிதம்	:	80%
9.	விதை நேர்த்தி	:	விதைகளை குளிர்நீரில் 24 மணி நேரம் ஊறவைப்பதால் முளைப்புத்திறன் அதிகரிக்கும்.
10.	நாற்று உற்பத்தி	:	விதை நேர்த்தி செய்யப்பட்ட விதைகளை நேரடியாக பாலித்தீன் பைகளில் விதைக்கலாம்.
11.	விதையில்லா இனப்பெருக்கம்	:	பிளவு ஒட்டு முறை அல்லது தண்டுக் குச்சிகளை IBA 500 ppm வேர் ஊக்கி கரைசலில் நனைத்து உபயோகிக்கலாம்.

54. *Pterocarpus marsupium* Roxb.

டீரோகார்பஸ் மார்சுபியம்

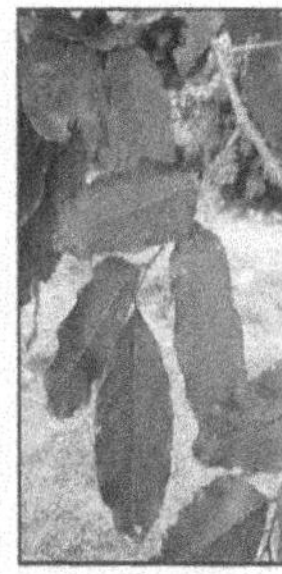

ஒத்தபெயர்கள் : டீரோகார்பஸ் பைலோபஸ்,
லிங்கோம் மார்சுபியம்

குடும்பம் : பேபேசியே – பேபாயிடே

பொது பெயர்கள் : இந்தியன் கினோ ட்ரி, அந்தமான் ரெட்வுட்

உள்ளூர் பெயர்கள் : வேங்கை (தமிழ்),
வேங்கா (மலையாளம்),
பெங்கா (கன்னடம்),
யேகிசா (தெலுங்கு),
பிஜாசால் (ஹிந்தி)

1.	மரத்தின் இயல்புகள்	:	மெதுவாக வளரக்கூடிய பெரிய இலையுதிர் மரம்
2.	பயன்கள்	:	வெட்டு மரம் - கட்டுமானத்திற்கும், தச்சுப்பொருள் செய்வதற்கும் பயன்படுகிறது. மரப்பிசினும் எடுக்கப்படுகின்றது.
3.	விதை சேகரிப்பு காலம்	:	பிப்ரவரி - மே
4.	விதை எடை	:	1650- 1935 காய்கள் / கிலோ
5.	விதை நம்பகத்தன்மை	:	1 வருடம்
6.	விதை முளைப்பு சதவிகிதம்	:	45 - 60 %
7.	விதை முளைப்பு காலம்	:	15– 25 நாட்கள்
8.	நாற்று சதவிகிதம்	:	60 %
9.	விதை நேர்த்தி	:	விதைகளை 4-5 நாட்கள் நீரில் ஊறவைத்து பிறகு நிழலில் 24 மணி நேரம் உலர்த்த வேண்டும். மீண்டும் விதைகளை சாணக்குழம்பில் 48 மணி நேரத்திற்கு ஊற வைக்க வேண்டும்.
10.	நாற்று உற்பத்தி	:	விதைகளை நாற்றாங்காலில் விதைக்க வேண்டும். விதைகள் முளைத்தவுடன் 5-6 செ.மீ உயரமுள்ள நாற்றுக்களை பாலித்தீன் பைகளில் மாற்றி நட வேண்டும்.
11.	விதையில்லா இனப்பெருக்கம்	:	கடினமான தண்டுக் குச்சிகளை IBA 2000 ppm வேர் ஊக்கி கரைசலில் நனைத்து உபயோகிக்கலாம்.

55. *Pterocarpus santalinus* Linn.f.

டீரோகார்பஸ் சேன்டலினஸ்

ஒத்தபெயர் : இல்லை

குடும்பம் : பேபேசியே – பேபாயிடே

பொது பெயர் : ரெட் சேன்டர்ஸ்

உள்ளூர் பெயர்கள் : சிவப்பு சந்தனம் (தமிழ்), பத்ரங்கம் (மலையாளம்), அகரு (கன்னடம்), யராசந்தனம் (தெலுங்கு), லால்சந்தன் (ஹிந்தி)

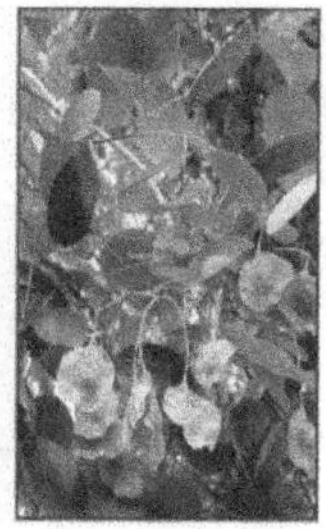

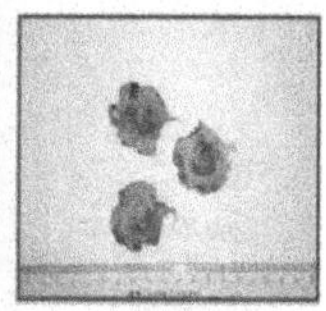

1.	மரத்தின் இயல்புகள்	:	சிறிய முதல் நடுத்தர அளவு வரை வளரக்கூடிய இலையுதிர் மரம். நேரான நடுத்தண்டையும் , அடர்ந்த இலையுச்சியையும் பெற்றிருக்கும்.
2.	பயன்கள்	:	மரம் சிறந்த இசைக்கருவிகள் செய்யப் பயன்படுகிறது. சிற்பம் செதுக்குவதற்கும், பொம்மைகள் செய்வதற்கும், கடைசல் வேலைபாட்டிற்கும் பயன்படுகிறது.
3.	விதை சேகரிப்பு காலம்	:	பிப்ரவரி -ஜுன்
4.	விதை எடை	:	900 - 1400 விதைகள்/ கிலோ
5.	விதை நம்பகத்தன்மை	:	1 வருடம்
6.	விதை முளைப்பு சதவிகிதம்	:	50 - 60 %
7.	விதை முளைப்பு காலம்	:	25 – 30 நாட்கள்
8.	நாற்று சதவிகிதம்	:	30 - 40%
9.	விதை நேர்த்தி	:	காய்களை வெயிலில் 3 நாட்கள் உலர்த்தி பிறகு சாணக் கரைசலில் 72 மணி நேரம் ஊறவைப்பதால் விதை முளைப்புத் திறன் அதிகரிக்கும்.
10.	நாற்று உற்பத்தி	:	விதைகளை மணல் கலந்த வண்டல் மண் உள்ள நாற்றங்காலில் விதைக்க வேண்டும். பிறகு சிறு அளவு மணல் அல்லது வைக்கோல் போட்டு விதைகளை மூட வேண்டும்.
11.	விதையில்லா இனப்பெருக்கம்	:	கடினமான தண்டுக் குச்சிகளை IBA 2000 ppm வேர் ஊக்கி கரைசலில் நனைத்து உபயோகிக்கலாம்.

56. *Santalum album* L.

சான்டலம் ஆல்பம்

ஒத்தபெயர்	:	இல்லை
குடும்பம்	:	சான்டலேசியே
பொது பெயர்	:	சான்டல்வுட்
உள்ளூர் பெயர்கள்	:	சந்தனம் (தமிழ், மலையாளம்), கந்தா (கன்னடம்), ஸ்ரீகந்தம் (தெலுங்கு), சந்தன் (ஹிந்தி)

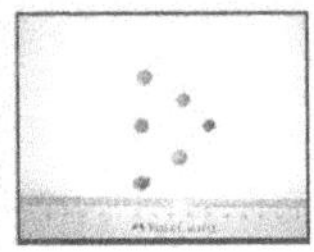

1.	மரத்தின் இயல்புகள்	:	சிறிய அளவில் வளரும் பசுமைமாறா மரம். மெதுவாக வளரக்கூடியது.
2.	பயன்கள்	:	மருத்துவத்திலும், வாசனை எண்ணெய் எடுக்கவும் பயன்படுகிறது.
3.	விதை சேகரிப்பு காலம்	:	வருடத்தில் இரு முறை (மே -ஜுன் மற்றும் நவம்பர் - டிசம்பர்)
4.	விதை எடை	:	6000- 7000 விதைகள் / கிலோ
5.	விதை நம்பகத்தன்மை	:	8 – 10 மாதங்கள்
6.	விதை முளைப்பு சதவிகிதம்	:	60 %
7.	விதை முளைப்பு காலம்	:	18 – 26 நாட்கள்
8.	நாற்று சதவிகிதம்	:	40 %
9.	விதை நேர்த்தி	:	சதைப்பற்றை நீக்கயவுடன் விதைகளை சல்ஃப்யுரிக் அமிலக் கரைசலில் 20 – 30 நிமிடங்களும் பின்பு சாணக் கரைசலில் 24 மணி நேரமும் ஊற வைக்க வேண்டும்.
10.	நாற்று உற்பத்தி	:	விதைகளை நாற்றாங்காலில் விதைக்க வேண்டும். விதை முளைத்ததும் 5-8 செ.மீ உயரமுள்ள நாற்றுக்களை எடுத்து பாலித்தீன் பைகளில் மாற்றி நட வேண்டும். இம்மரம் வேர் ஒட்டுண்ணி ஆகையால் நாற்றுக்களை மாற்றி நட்டவுடன் ஒவ்வொரு பையிலும் துவரை விதையை விதைக்க வேண்டும். இரண்டு மாதங்களுக்கு பிறகு சந்தன நாற்றுக்களை சவுக்கு நாற்றுக்கள் உள்ள பெரிய பைகளில் மாற்றி நட வேண்டும்.
11.	விதையில்லா இனப்பெருக்கம்	:	காற்று பதியம் அல்லது வேர் உறிஞ்சிகளை IBA 2000 ppm வேர் ஊக்கி கரைசலில் நனைத்து உபயோகிக்கலாம்.

57. *Sapindus emarginatus* Vahl.

சேபின்டஸ் ஈமார்ஜினேட்டஸ்

ஒத்தபெயர்கள் : சேபின்டஸ் ட்ரை∴போலியேட்டஸ், சேபின்டஸ் லாரி∴போலியஸ்

குடும்பம் : சேபின்டேசியே

பொது பெயர் : சோப்நட் ட்ரீ

உள்ளூர் பெயர்கள் : மணிபுங்கன் மரம் (தமிழ்), புன்னன் கொட்டா (மலையாளம்), குடல காயி (கன்னடம்), குன்குடு (தெலுங்கு), ரீதா (ஹிந்தி)

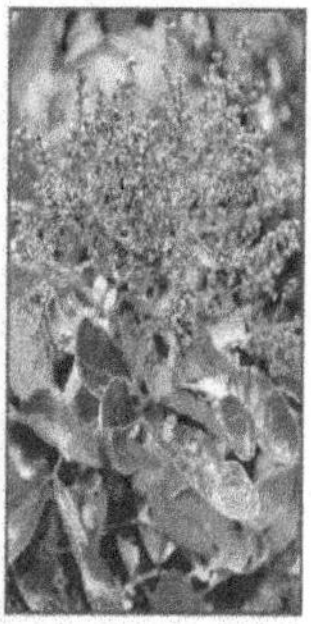

1.	மரத்தின் இயல்புகள்	:	நடுத்தரம் முதல் பெரிய அளவில் வளரக்கூடிய இலையுதிர் மரம்.
2.	பயன்கள்	:	இம்மரத்தின் காய்கள் சோப்பு செய்வதற்கும், மரம் கட்டுமானத்திற்கும், கட்டை வண்டி செய்வதற்கும் பயன்படுகிறது.
3.	விதை சேகரிப்பு காலம்	:	பிப்ரவரி - ஏப்ரல்
4.	விதை எடை	:	2,000 - 2,500 விதைகள் / கிலோ
5.	விதை நம்பகத்தன்மை	:	1 வருடம்
6.	விதை முளைப்பு சதவிகிதம்	:	67 %
7.	விதை முளைப்பு காலம்	:	30– 40 நாட்கள்
8.	நாற்று சதவிகிதம்	:	62%
9.	விதை நேர்த்தி	:	தேவையில்லை
10.	நாற்று உற்பத்தி	:	காய்களை நிழலில் 3- 4 நாட்கள் உலர்த்த வேண்டும். உலர்ந்த விதைகளை நேரடியாக பாலித்தீன் பைகளில் விதைக்கலாம்
11.	விதையில்லா இனப்பெருக்கம்	:	இல்லை

58. *Schleichera oleosa* (Lour.) Oken.

ஸ்கிலச்சரா ஓலியோஸா

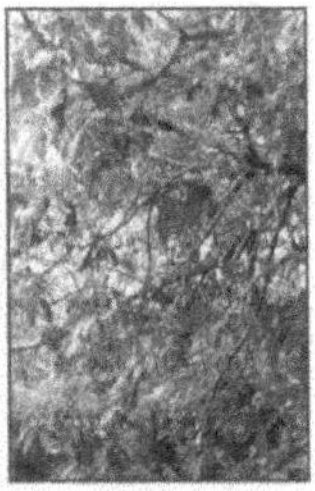

ஒத்தபெயர்கள்	:	ஸ்கிலச்சரா அக்யுலியேட்டா, ஸ்கிலச்சரா ட்ரீஜுகா, பிஸ்டாசியா ஓலியோஸா
குடும்பம்	:	சேபின்டேசியே
பொது பெயர்	:	லேக் ட்ரீ
உள்ளூர் பெயர்கள்	:	புவம் (தமிழ்), பூவம் (மலையாளம்), சக் டி (கன்னடம்), புசுகு (தெலுங்கு), குசும் (ஹிந்தி)

1.	மரத்தின் இயல்புகள்	:	மெதுவாக முதல் மித வேகத்தில் வளரக்கூடியது. நடுத்தரம் முதல் பெரிய அளவில் வளரும் இலையுதிர் மரம்.
2.	பயன்கள்	:	அரக்கு பூச்சிகள் வளர்க்கப் பயன்படுகிறது. மரம் கட்டிட கட்டுமானத்திற்கும், உரல் செய்வதற்கும் பயன்படுகிறது. விதையினுள் உள்ள பருப்பு எண்ணெய் தரும்.
3.	விதை சேகரிப்பு காலம்	:	ஆகஸ்ட் - நவம்பர்
4.	விதை எடை	:	1550- 2200 விதைகள் / கிலோ
5.	விதை நம்பகத்தன்மை	:	1 வருடம்
6.	விதை முளைப்பு சதவிகிதம்	:	55 %
7.	விதை முளைப்பு காலம்	:	17–26 நாட்கள்
8.	நாற்று சதவிகிதம்	:	50%
9.	விதை நேர்த்தி	:	வெந்நீரில் 30 நிமிடங்கள் ஊற வைப்பதன் மூலம் விதை முளைப்புக் காலத்தைக் குறைக்கலாம்.
10.	நாற்று உற்பத்தி	:	விதைகளை 1 பாலித்தீன் பைக்கு 2 விகிதம் விதைக்கலாம்
11.	விதையில்லா இனப்பெருக்கம்	:	இல்லை

59. *Soymida febrifuga* A. Juss

சோய்மிடா ஃபெப்ரிஃப்யுகா

ஒத்தபெயர்	:	ஸ்விட்டினியா ஃபெப்ரிஃப்யுகா
குடும்பம்	:	மீலியேசியே
பொது பெயர்	:	இந்தியன் ரெட்வுட்
உள்ளூர் பெயர்கள்	:	சிட்டத்தி (தமிழ்), கட்டபுட் பினை (மலையாளம்), கல்கரிகே (கன்னடம்), சோமி (தெலுங்கு), ரோஹன் (ஹிந்தி)

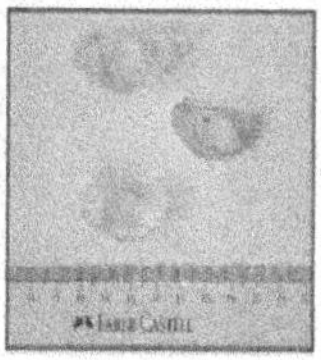

1.	மரத்தின் இயல்புகள்	:	நடுத்தர அளவில் வளரக்கூடிய இலையுதிர் மரம்
2.	பயன்கள்	:	மரப்பட்டை மருத்துவத்திற்கும், மரம் கட்டுமானத்திற்கும், தச்சுப் பொருட்களுக்கும், சிற்பங்கள் செய்யவும் பயன்படுகிறது.
3.	விதை சேகரிப்பு காலம்	:	மே - ஜுன்
4.	விதை எடை	:	9,880 - 13,340 விதைகள் / கிலோ
5.	விதை நம்பகத்தன்மை	:	விதை முற்றியவுடனே ஊன்ற வேண்டும்
6.	விதை முளைப்பு சதவிகிதம்	:	28 - 51 %
7.	விதை முளைப்பு காலம்	:	10–21 நாட்கள்
8.	நாற்று சதவிகிதம்	:	25 - 28%
9.	விதை நேர்த்தி	:	விதைகளை குளிர்நீரில் 24 மணி நேரம் ஊறவைப்பதால் விதை முளைப்பு திறனை மேம்படுத்தலாம்.
10.	நாற்று உற்பத்தி	:	விதைகளை நேரடியாக பாலித்தீன் பைகளில் ஊன்றலாம்.
11.	விதையில்லா இனப்பெருக்கம்	:	இல்லை

60. *Sterculia urens* Roxb.

ஸ்டெர்குளியா யூரன்ஸ்

ஒத்தபெயர் : இல்லை

குடும்பம் : ஸ்டெர்குளியேசியே

பொது பெயர் : கட்டீரா கம் ட்ரீ

உள்ளூர் பெயர்கள் : வில்ல புட்டலி (தமிழ்),
தொண்டி (மலையாளம்),
கம்புடலி (கன்னடம்),
தப்சி (தெலுங்கு),
குள்ளு (ஹிந்தி)

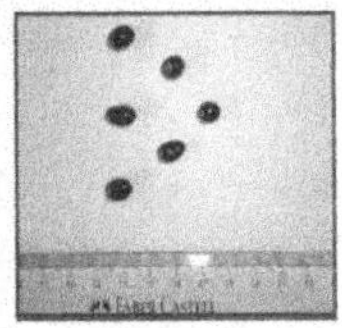

1.	மரத்தின் இயல்புகள்	:	நடுத்தரம் முதல் பெரிய அளவில் வளரக்கூடிய இலையுதிர் மரம், பட்டை மெல்லிய தாள் போன்ற மிருதுவான கரும்பச்சை நிறத்தில் காணப்படும்.
2.	பயன்கள்	:	இசைக்கருவிகள், பொம்மைகள் செய்வதற்கு இம்மரம் பயன்படுகிறது. பட்டையிலிருந்து பெறப்படும் நார் கயிறு செய்வதற்கும் பயன்படுகிறது. இம்மரத்திலிருந்து மரப்பிசினும் எடுக்கப்படுகிறது.
3.	விதை சேகரிப்பு காலம்	:	ஏப்ரல் - மே
4.	விதை எடை	:	5,500 - 6,300 விதைகள் / கிலோ
5.	விதை நம்பகத்தன்மை	:	1 வருடம்
6.	விதை முளைப்பு சதவிகிதம்	:	32 - 77 %
7.	விதை முளைப்பு காலம்	:	10 –15 நாட்கள்
8.	நாற்று சதவிகிதம்	:	18- 90%
9.	விதை நேர்த்தி	:	விதைகளை நீரில் ஓர் இரவு முழுவதும் ஊற வைக்க வேண்டும்.
10.	நாற்று உற்பத்தி	:	விதை நேர்த்தி செய்யப்பட்ட விதைகளை நேரடியாக பாலித்தீன் பைகளில் ஊன்றலாம்
11.	விதையில்லா இனப்பெருக்கம்	:	இல்லை

61. *Sterospermum suaveolens* DC.

ஸ்டீரியோஸ்பெர்மம் சுயவியோலென்ஸ்

ஒத்தபெயர்	:	பிக்னோனியா சுயவியோலென்ஸ்
குடும்பம்	:	பிக்னோனியேசியே
பொது பெயர்	:	பாதிரி
உள்ளூர் பெயர்கள்	:	பாதிரி (தமிழ்), காலா - காரி (மலையாளம்), பில்லா (கன்னடம்), காலாகோரு (தெலுங்கு), படல் (ஹிந்தி)

1.	மரத்தின் இயல்புகள்	:	நடுத்தர அளவில் வளரக்கூடிய இலையுதிர் மரம். பட்டை வெளிர் பழுப்பு அல்லது வெளிர் கருமை நிறத்தில் காணப்படும்.
2.	பயன்கள்	:	கட்டிட கட்டுமானம், தச்சுப்பொருட்கள், கட்டை வண்டிகள், தனியறைப் பெட்டிகள், உபகரணங்களின் கைபிடிகள் மற்றும் நிலக்கரி செய்ய பயன்படுகிறது.
3.	விதை சேகரிப்பு காலம்	:	ஜனவரி - ஏப்ரல்
4.	விதை எடை	:	26,500 - 28,200 விதைகள் / கிலோ
5.	விதை நம்பகத்தன்மை	:	2 மாதங்கள்
6.	விதை முளைப்பு சதவிகிதம்	:	26 %
7.	விதை முளைப்பு காலம்	:	16–35 நாட்கள்
8.	நாற்று சதவிகிதம்	:	10%
9.	விதை நேர்த்தி	:	அவசியம் இல்லை
10.	நாற்று உற்பத்தி	:	விதைகளை மணல் கலந்த மண் உள்ள நாற்றங்காலில் விதைக்க வேண்டும். விதைகள் முளைத்தவுடன் பாலித்தீன் பைகளில் மாற்றி நட வேண்டும்.
11.	விதையில்லா இனப்பெருக்கம்	:	இல்லை

62. *Swietenia mahagoni* (Linn.) Jacq.

ஸ்விட்டினியா மஹோகனி

ஒத்தபெயர்	:	செட்ரஸ் மஹோகனி
குடும்பம்	:	மீலியேசியே
பொது பெயர்கள்	:	சிறிய இலை மஹோகனி ஸ்பேனிஷ் மஹோகனி
உள்ளூர் பெயர்கள்	:	மஹோகனி (தமிழ்), செறிய மஹோகனி (மலையாளம்), மஹோகனி (கன்னடம், தெலுங்கு)

1.	மரத்தின் இயல்புகள்	:	நடுத்தர முதல் பெரிய அளவில் வளரக்கூடிய பசுமைமாறா மரம். அகன்ற அடிமரத்தை பெற்றிருக்கும்.
2.	பயன்கள்	:	மரம் தச்சுப்பொருட்கள் செய்வதற்கும், கப்பல் கட்டுமானத்திற்கும், தனியறைப் பெட்டிகள் செய்வதற்கும் பயன்படுகிறது.
3.	விதை சேகரிப்பு காலம்	:	ஜனவரி - மார்ச்
4.	விதை எடை	:	2,000 - 3,350 விதைகள் / கிலோ
5.	விதை நம்பகத்தன்மை	:	6 - 10 மாதங்கள்
6.	விதை முளைப்பு சதவிகிதம்	:	74 - 80%
7.	விதை முளைப்பு காலம்	:	16 –35 நாட்கள்
8.	நாற்று சதவிகிதம்	:	73%
9.	விதை நேர்த்தி	:	தேவை இல்லை
10.	நாற்று உற்பத்தி	:	விதைகளை நேரடியாக பாலித்தீன் பைகளில் ஊன்றலாம்.
11.	விதையில்லா இனப்பெருக்கம்	:	தேவை இல்லை

63. *Syzygium cuminii* (L.) Skeels

சைசிஜியம் குமுனி

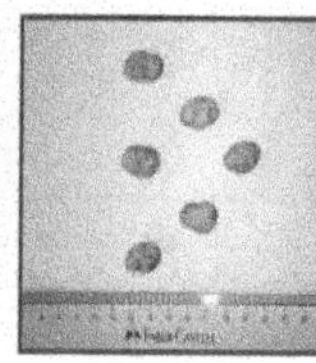

ஒத்தபெயர்கள்	:	மிர்டஸ் குமுனி, யுஜினியா ஜம்போலேனா, சைசிஜியம் ஜம்போலேனா
குடும்பம்	:	மிர்டேசியே
பொது பெயர்	:	ஜாமுன் மரம்
உள்ளூர் பெயர்கள்	:	நாவல் (தமிழ்), நகா (மலையாளம்), நீரம் (கன்னடம்) , நீரிடு (தெலுங்கு), ஜாமுன் (ஹிந்தி)

1.	மரத்தின் இயல்புகள்	:	பெரிய அளவில் வளரக்கூடிய பசுமைமாறா மரம். அடர்ந்த கரும்பச்சை இலையுச்சியையும், குட்டையான அடிமரத்தையும் பெற்றிருக்கும்.
2.	பயன்கள்	:	பழங்கள் உண்ணக்கூடியவை. பழங்கள் மற்றும் பட்டை மருத்துவ குணங்களைக் கொண்டது.
3.	விதை சேகரிப்பு காலம்	:	ஜுன் - ஆகஸ்ட்
4.	விதை எடை	:	1100 - 1300 விதைகள் / கிலோ
5.	விதை நம்பகத்தன்மை	:	இல்லை (விதைகளை சேகரித்தவுடன் விதைக்க வேண்டும்)
6.	விதை முளைப்பு சதவிகிதம்	:	90%
7.	விதை முளைப்பு காலம்	:	10–20 நாட்கள்
8.	நாற்று சதவிகிதம்	:	56%
9.	விதை நேர்த்தி	:	சேகரிக்கப்பட்ட பழங்களை நிழலில் குவியலாக்க வேண்டும். பழங்கள் அழுகியவுடன் நீரில் கழுவி விதைகளை பிரித்தெடுக்க வேண்டும்.
10.	நாற்று உற்பத்தி	:	விதைகளை நாற்றங்காலில் விதைத்து முளைத்தவுடன் பாலித்தீன் பைகளில் மாற்றி நட வேண்டும்.
11.	விதையில்லா இனப்பெருக்கம்	:	பிளவு ஒட்டு முறை (ஏப்ரல் - ஜுன்)

64. *Tamarindus indica* L.

டேமரின்டஸ் இன்டிகா

ஒத்தபெயர்கள்	:	டேமரின்டஸ் ஆக்ஸிடென்டாலிஸ், டேமரின்டஸ் அ'.பிசினாலிஸ்
குடும்பம்	:	பேபேசியே - சீசல்பினாய்டியே
பொது பெயர்	:	டேமரின்ட்
உள்ளூர் பெயர்கள்	:	புளிய மரம் (தமிழ்), புளி (மலையாளம்), ஹனசி (கன்னடம்) , சின்தா (தெலுங்கு)

1.	மரத்தின் இயல்புகள்	:	மெதுவாக வளரக்கூடிய பெரிய பசுமைமாறா மரம்
2.	பயன்கள்	:	பழங்கள் உண்ணக்கூடியவை. மரம் எரிபொருளுக்கும் பயன்படுகிறது.
3.	விதை சேகரிப்பு காலம்	:	மார்ச் - ஏப்ரல்
4.	விதை எடை	:	1850 - 2000 விதைகள் / கிலோ
5.	விதை நம்பகத்தன்மை	:	6 மாதங்கள்
6.	விதை முளைப்பு சதவிகிதம்	:	90%
7.	விதை முளைப்பு காலம்	:	10 –15 நாட்கள்
8.	நாற்று சதவிகிதம்	:	80%
9.	விதை நேர்த்தி	:	விதைகளை குளிர்நீரில் 12 மணி நேரம் ஊற வைப்பதால் விதை முளைப்புத் திறன் அதிகரிக்கும்.
10.	நாற்று உற்பத்தி	:	விதை நேர்த்தி செய்யப்பட்ட விதைகளை நேரடியாக பாலித்தீன் பைகளில் ஊன்றலாம்
11.	விதையில்லா இனப்பெருக்கம்	:	மெல்லிய தண்டுக் குச்சிகளில் பிளவு ஒட்டு முறையை பயன்படுத்தலாம்

65. *Tectona grandis* L.f

டெக்டோனா க்ரேன்டிஸ்

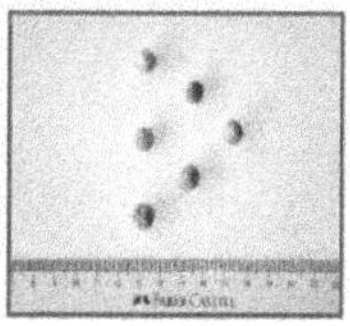

ஒத்தபெயர்கள் : டெக்டோனா தேக்கா, ஜாட்டஸ் க்ரேன்டிஸ், தேக்கா க்ரேன்டிஸ்

குடும்பம் : லேமியேசியே

பொது பெயர் : டீக்

உள்ளூர் பெயர்கள் : தேக்கு (தமிழ் , மலையாளம், தெலுங்கு), தேகு (கன்னடம்) , சகுன் (ஹிந்தி)

1.	மரத்தின் இயல்புகள்	:	மிதமான வேகத்தில் வளரக்கூடிய பெரிய இலையுதிர் மரம்
2.	பயன்கள்	:	வெட்டுமரம் அனைத்து விதமான உபயோகத்திற்கும் பயன்படும்.
3.	விதை சேகரிப்பு காலம்	:	ஜனவரி - ஏப்ரல்
4.	விதை எடை	:	1400 - 1600 காய்கள் / கிலோ; 2 – 3விதைகள் / காய்
5.	விதை நம்பகத்தன்மை	:	2 வருடங்கள்
6.	விதை முளைப்பு சதவிகிதம்	:	75%
7.	விதை முளைப்பு காலம்	:	12 –21 நாட்கள்
8.	நாற்று சதவிகிதம்	:	60%
9.	விதை நேர்த்தி	:	காய்களை 7 - 10 நாட்கள் மாற்றி மாற்றி ஈரமாக்கி (12 மணி நேரம்) உலர வைக்க (12 மணி நேரம்) வேண்டும். பின்பு சாணக்கரைசலில் 48 மணி நேரம் ஊற வைக்க வேண்டும்.
10.	நாற்று உற்பத்தி	:	விதை நேர்த்தி செய்யப்பட்ட விதைகளை மேட்டுப்பாத்தியில் விதைக்க வேண்டும். 15 செ.மீ வேர் 2.50 செ.மீ தண்டுப்பகுதியுடன் கூடிய அடிகட்டையை பாலித்தீன் பைகளில் மாற்றி நட வேண்டும்.
11.	விதையில்லா இனப்பெருக்கம்	:	ஸ்டம்ப் கட்டைகள் மற்றும் மொட்டு ஒட்டு முறை

66. *Terminalia arjuna* (Roxb.ex DC) Wight & Arn.

டெர்மினேலியா அர்ஜுனா

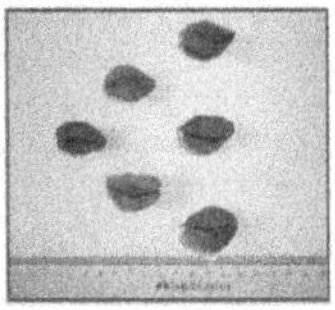

ஒத்தபெயர்கள்	: டெர்மினேலியா பெர்ரியி, பென்டாப்டீரா அர்ஜுனா
குடும்பம்	: காம்ப்ரடேசியே
பொது பெயர்கள்	: அர்ஜுன், மலபார் ஆல்மண்ட்
உள்ளூர் பெயர்கள்	: நீர் மருது (தமிழ் , தெலுங்கு), பில்லி மோடி - நீர்மத்தி (கன்னடம்) , அர்ஜுனா (ஹிந்தி)

1.	மரத்தின் இயல்புகள்	: விரைவாக வளரக்கூடிய பெரிய பசுமைமாறா மரம்
2.	பயன்கள்	: வெட்டுமரம் கப்பல் கட்டுமானத்திற்கும், நீர் தொட்டிகள் செய்வதற்கும், பட்டை மருத்துவத்திலும் பயன்படுகிறது.
3.	விதை சேகரிப்பு காலம்	: ஜனவரி - ஏப்ரல்
4.	விதை எடை	: 175 – 450 காய்கள் / கிலோ
5.	விதை நம்பகத்தன்மை	: 1 வருடம்
6.	விதை முளைப்பு சதவிகிதம்	: 50 - 60%
7.	விதை முளைப்பு காலம்	: 20–30 நாட்கள்
8.	நாற்று சதவிகிதம்	: 70%
9.	விதை நேர்த்தி	: விதைகளை குளிர்நீரில் 48 மணி நேரம் ஊறவைப்பதால் விதை முளைப்புத்திறன் அதிகரிக்கும்.
10.	நாற்று உற்பத்தி	: விதை நேர்த்தி செய்யப்பட்ட விதைகளை நாற்றாங்காலில் விதைக்க வேண்டும். முளைத்து இரு வித்திலைகள் வந்தவுடன் பாலித்தீன் பைகளில் மாற்றி நட வேண்டும்.
11.	விதையில்லா இனப்பெருக்கம்	: ஸ்டம்ப் கட்டைகள் (8 அங்குல வேர் மற்றும் 2 அங்குலம் தண்டுப்பகுதி உள்ள 15 மாத நாற்றுக்களை தேர்வு செய்ய வேண்டும்).

67. *Terminalia bellirica* Roxb.

டெர்மினேலியா பெல்லரிக்கா

ஒத்தபெயர்	:	மைரோபாலன்ஸ் பெல்லரிக்கா
குடும்பம்	:	காம்ப்ரடேசியே
பொது பெயர்	:	பெல்லரிக் மைரோபாலன்
உள்ளூர் பெயர்கள்	:	தானி (தமிழ், மலையாளம்) சந்தி (கன்னடம்), தானி (தெலுங்கு), பெஹரா (ஹிந்தி)

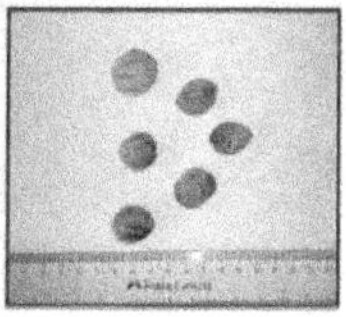

1.	மரத்தின் இயல்புகள்	:	மிதமான வேகத்தில் வளரக்கூடிய பெரிய இலையுதிர் மரம்
2.	பயன்கள்	:	காய்கள் மருத்துவத்தில் பயன்படுகிறது.
3.	விதை சேகரிப்பு காலம்	:	பிப்ரவரி – ஏப்ரல்
4.	விதை எடை	:	400 – 450 காய்கள்/ கிலோ
5.	விதை நம்பகத்தன்மை	:	1 வருடம்
6.	விதை முளைப்பு சதவிகிதம்	:	70%
7.	விதை முளைப்பு காலம்	:	15 - 30 நாட்கள்
8.	நாற்று சதவிகிதம்	:	50 - 52%
9.	விதை நேர்த்தி	:	காயின் சதைப்பற்றை நீக்கி விதைகளைப் பிரித்தெடுத்து வெயிலில் உலர்த்த வேண்டும். பின்பு விதைகளை மிதமான வெந்நீரில் 24 மணி நேரம் ஊற வைக்க வேண்டும்.
10.	நாற்று உற்பத்தி	:	முளைவிட்ட விதைகளை நேரடியாக பாலித்தீன் பைகளில் விதைக்கலாம். வேர் வளர்ச்சி வேகமாக இருக்கும்.
11.	விதையில்லா இனப்பெருக்கம்	:	ஸ்டம்ப் கட்டைகள் (8 அங்குல வேர் மற்றும் 2 அங்குலம் தண்டுப்பகுதி உள்ள 15 மாத நாற்றுக்களை தேர்வு செய்ய வேண்டும்

68. *Terminalia catappa* L.

டெர்மினேலியா கட்டப்பா

ஒத்தபெயர்கள்	:	டெர்மினேலியா மௌரிடியானா, டெர்மினேலியா மொலுக்கானா, ∴பைடோலேக்கா ஜவானிகா
குடும்பம்	:	காம்ப்ரடேசியே
பொது பெயர்	:	இந்தியன் ஆல்மண்ட்
உள்ளூர் பெயர்கள்	:	பாதாம் (தமிழ், மலையாளம், தெலுங்கு, ஹிந்தி) அதமரம் (கன்னடம்)

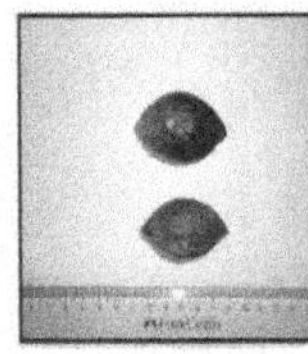

1.	மரத்தின் இயல்புகள்	:	விரைவாக வளரக்கூடிய பெரிய இலையுதிர் மரம்
2.	பயன்கள்	:	விதைகள் உண்ணக்கூடியன. மரம் வெட்டுமரமாக பயன்படுகிறது.
3.	விதை சேகரிப்பு காலம்	:	வருடத்திற்கு இரண்டு முறை (ஜுன் - ஜுலை மற்றும் நவம்பர் - டிசம்பர்)
4.	விதை எடை	:	150 – 175 விதைகள்/ கிலோ
5.	விதை நம்பகத்தன்மை	:	2-3 மாதங்கள்
6.	விதை முளைப்பு சதவிகிதம்	:	35%
7.	விதை முளைப்பு காலம்	:	25-40 நாட்கள்
8.	நாற்று சதவிகிதம்	:	75%
9.	விதை நேர்த்தி	:	விதைகளை குளிர்நீரில் 24 மணி நேரம் ஊறவைப்பதால் விதை முளைப்புத்திறன் அதிகரிக்கும்.
10.	நாற்று உற்பத்தி	:	விதைநேர்த்தி செய்யப்பட்ட விதைகளை நாற்றங்காலில் விதைக்க வேண்டும். விதைகள் முளைத்தவுடன் 5-8 செ.மீ உயரமுள்ள நாற்றுக்களை பாலித்தீன் பைகளில் மாற்றி நட வேண்டும்.
11.	விதையில்லா இனப்பெருக்கம்	:	ஸ்டம்ப் கட்டைகள் (8 அங்குல வேர் மற்றும் 2 அங்குலம் தண்டுப்பகுதி உள்ள 15 மாத நாற்றுக்களை தேர்வு செய்ய வேண்டும்).

69. *Terminalia chebula* (Gaertn.) Retz.

டெர்மினேலியா செபுலா

ஒத்தபெயர்கள்	:	மைரோபாலன்ஸ் செபுலா, டெர்மினேலியா பார்வி.ஃப்ளோரா
குடும்பம்	:	காம்ப்ரடேசியே
பொது பெயர்	:	கால் நட்
உள்ளூர் பெயர்கள்	:	கடுக்காய் (தமிழ்), கடுக்கா (மலையாளம்), அரளைக்காய் (கன்னடம்), கரகா (தெலுங்கு), ஹரரா (ஹிந்தி)

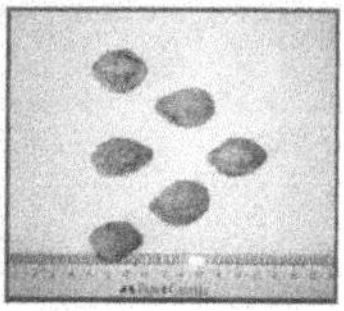

1.	மரத்தின் இயல்புகள்	:	நடுத்தரம் முதல் பெரிய அளவில் வளரக்கூடிய இலையுதிர் மரம்
2.	பயன்கள்	:	திரிபலா காய்களில் ஒன்றான இக்காய் இந்திய பாரம்பரிய மருத்துவத்தில் பயன்படுகிறது.
3.	விதை சேகரிப்பு காலம்	:	ஜனவரி – ஏப்ரல்
4.	விதை எடை	:	141 – 220 காய்கள் / கிலோ
5.	விதை நம்பகத்தன்மை	:	1 வருடம்
6.	விதை முளைப்பு சதவிகிதம்	:	43- 60%
7.	விதை முளைப்பு காலம்	:	15-30 நாட்கள்
8.	நாற்று சதவிகிதம்	:	50%
9.	விதை நேர்த்தி	:	சதைப்பற்றை நீக்கிய விதைகளை 15-20 நாட்கள் நொதிக்க வைக்க வேண்டும். விதைகளை முனையில் கிள்ளி பின்பு 2 நாட்கள் நீரில் ஊற வைக்க வேண்டும்.
10.	நாற்று உற்பத்தி	:	விதைகளை நேரடியாக பாலித்தீன் பைகளில் ஊன்றலாம்.
11.	விதையில்லா இனப்பெருக்கம்	:	ஸ்டம்ப் கட்டைகள் (8 அங்குல வேர் மற்றும் 2 அங்குலம் தண்டுப்பகுதி உள்ள 15 மாத நாற்றுக்களை தேர்வு செய்ய வேண்டும்).

70. *Terminalia tomentosa* Roth

டெர்மினேலியா டொமன்டோஸா

ஒத்தபெயர்	:	டெர்மினேலியா டொமன்டோஸா வகை க்ரினு லேட்டா
குடும்பம்	:	காம்ப்ரடேசியே
பொது பெயர்	:	இந்தியன் லாரல்
உள்ளூர் பெயர்கள்	:	கரு மருது (தமிழ்), கரிமருது (மலையாளம்), கரிமட்டி (கன்னடம்), நல்லமட்டி (தெலுங்கு), அசன் (ஹிந்தி)

1.	மரத்தின் இயல்புகள்	:	மிதமான வேகத்தில் வளரக்கூடிய பெரிய இலையுதிர் மரம்
2.	பயன்கள்	:	மரம் - கட்டுமானத்திற்கும், வேளாண் உபகரணங்கள் செய்வதற்கும், எரிபொருளாகவும், நிலக்கரி செய்வதற்கும் பயன்படுகிறது.
3.	விதை சேகரிப்பு காலம்	:	ஜனவரி – ஏப்ரல்
4.	விதை எடை	:	441 – 551 காய்கள்/ கிலோ
5.	விதை நம்பகத்தன்மை	:	1 வருடம்
6.	விதை முளைப்பு சதவிகிதம்	:	72 – 80%
7.	விதை முளைப்பு காலம்	:	10 – 35 நாட்கள்
8.	நாற்று சதவிகிதம்	:	47 %
9.	விதை நேர்த்தி	:	விதை இறகுகளை நீக்க வேண்டும் அல்லது காய்களை உடைத்து நீரில் 24 மணி நேரம் ஊற வைக்க வேண்டும்.
10.	நாற்று உற்பத்தி	:	காம்புப் பகுதியை கீழே வைத்து விதைகளை நேரடியாக பாலித்தீன் பைகளில் விதைக்கலாம்.
11.	விதையில்லா இனப்பெருக்கம்	:	ஸ்டம்ப் கட்டைகள் (8 அங்குல வேர் மற்றும் 2 அங்குலம் தண்டுப்பகுதி உள்ள 15 மாத நாற்றுக்களை தேர்வு செய்ய வேண்டும்).

3. விதை அட்டவணை

3.1. ஜனவரி

1. *Acacia chundra* - கருங்காலி
2. *Albizia amara* - ஊசில், ஊஞ்சல்
3. *Acacia ferruginea* - சீமை வெள்வேல், கரம்பை
4. *Albizia lebbeck* - வாகை
5. *Albizia odoratissima* - கருவாகை
6. *Anogeissus latifolia* - நமை
7. *Bauhinia purpurea* - மந்தாரை
8. *Bauhinia racemosa* - ஆத்தி
9. *Casuarina equisetifolia* - சவுக்கு
10. *Chukrasia tabularis* - மதகிரி வேம்பு
11. *Dalbergia sissoo* - ஈட்டி
12. *Dolichandrone crispa* - பூம்பாதிரி
13. *Emblica officinalis* - நெல்லி
14. *Feronia limonia* - விலாம் மரம்
15. *Jacaranda mimosifolia* - ப்ளு ஜகரண்டா
16. *Lagerstroemia lanceolata* - வெண்தேக்கு
17. *Lagerstromia parviflora* - செனங்கி, சின்னன்ச்சி
18. *Melia dubia* - மலைவேம்பு
19. *Mitragyna parvifolia* - நீர்க்கடம்பு
20. *Peltophorum pterocarpum* - கொன்றை
21. *Semecarpus anacardium* - கிட்டாக்கனிக் கொட்டை
22. *Stereospermum suaveolens* - பாதிரி
23. *Strychnos nux-vomica* - எட்டி மரம்
24. *Swietenia mahagoni* - மகாகனி
25. *Tectona grandis* - தேக்கு
26. *Terminalia chebula* - கடுக்காய்
27. *Terminalia tomentosa* - கரு மருது

3.2. பிப்ரவரி

1. *Acacia auriculiformis* - கத்தி கருவேல்
2. *Acacia chundra* - கருங்காலி
3. *Acacia ferruginea* - சீமை வெள்வேல், கரம்பை
4. *Acacia leucophloea* - வெள்வேல்
5. *Adina cordifolia* - மஞ்சக்கடம்பு
6. *Albizia amara* - உசில் / ஊஞ்சை
7. *Albizia lebbeck* - வாகை
8. *Albizia odoratissima* - கருவாகை
9. *Anogeissus latifolia* - நமை
10. *Bauhinia purpurea* - மந்தாரை
11. *Bauhinia racemosa* - ஆத்தி
12. *Casuarina equisetifolia* - சவுக்கு
13. *Dalbergia latifolia* - ரோஸ்வுட்
14. *Dalbergia sissoo* - ஈட்டி
15. *Dolichandrone crispa* - பூம்பாதிரி
16. *Eucalyptus tereticornis* - தைலம்
17. *Ficus religiosa* - அரசமரம்
18. *Lagerstroemia lanceolata* - வெண்தேக்கு
19. *Lagerstroemia parviflora* - செனங்கி, சின்னன்ச்சி
20. *Melia dubia* - மலைவேம்பு
21. *Peltophorum pterocarpum* - கொன்றை
22. *Pterocarpus marsupium* - வேங்கை
23. *Pterocarpus santalinus* - செந்சந்தனம்
24. *Sapindus emarginatus* - பூச்சக்காய்
25. *Stereospermum suaveolens* - பாதிரி
26. *Strychnos nux-vomica* - எட்டி மரம்
27. *Swietenia mahagoni* - மகாகனி
28. *Tamarindus indica* - புளிய மரம்
29. *Tectona grandis* - தேக்கு
30. *Terminalia arjuna* - நீர் மருது
31. *Terminalia bellirica* - தான்றிக்காய்
32. *Terminalia chebula* - கடுக்காய்
33. *Terminalia tomentosa* - கருமருது
34. *Xylia xylocarpa* - இருள்

3.3. மார்ச்

1. *Acacia auriculiformis* - கத்தி கருவேல்
2. *Acacia chundra* - கருங்காலி
3. *Acacia ferruginea* - சீமை வெள்வேல், கரம்பை
4. *Acacia leucophloea* - வெள்வேல்
5. *Adina cordifolia* - மஞ்சக்கடம்பு
6. *Albizia amara* - உசில் / ஊஞ்சை
7. *Bambusa bambos* - முள் மூங்கில்
8. *Bauhinia purpurea* - மந்தாரை
9. *Bauhinia racemosa* - ஆத்தி
10. *Cassia fistula* - சரக்கொன்றை
11. *Cassia siamea* - மஞ்சள் கொன்றை
12. *Dalbergia latifolia* - ரோஸ்வுட்
13. *Dalbergia sissoo* - ஈட்டி
14. *Dendrocalamus strictus* - கல்மூங்கில்
15. *Dolichandrone crispa* - பூம்பாதிரி
16. *Eucalyptus tereticornis* - தைலம்
17. *Ficus religiosa* - அரசமரம்
18. *Lagerstroemia lanceolata* - வெண்தேக்கு
19. *Peltophorum pterocarpum* - கொன்றை
20. *Pterocarpus marsupium* - வேங்கை
21. *Pterocarpus santalinus* - செந்சந்தனம்
22. *Tamarindus indica* - புளிய மரம்
23. *Tectona grandis* - தேக்கு
24. *Terminalia alata* - மருத மரம், அருச்சுனம்
25. *Terminalia arjuna* - நீர் மருது
26. *Terminalia bellirica* - தான்றிக்காய்
27. *Terminalia chebula* - கடுக்காய்
28. *Terminalia tomentosa* - கருமருது
29. *Sapindus emarginatus* - பூச்சக் காய்
30. *Stereospermum suaveolens* - பாதிரி
31. *Swietenia mahagoni* - மகாகனி
32. *Xylia xylocarpa* - இருள்

3.4. ஏப்ரல்

1. *Acacia nilotica* - கருவேல்
2. *Acacia ferruginea* - சீமை வெள்வேல், கரம்பை
3. *Acacia leucophloea* - வெள்வேல்
4. *Albizia procera* - வெள்ளை வாகை, கொண்டை வாகை
5. *Anacardium occidentale* - முந்திரி
6. *Bambusa bambos* - முள் மூங்கில்
7. *Bombax ceiba* - இலவு மரம்
8. *Buchanania lanzan* - சாரம்
9. *Calophyllum inophyllum* - புன்னை
10. *Cassia fistula* - சரக்கொன்றை
11. *Cassia siamea* - மஞ்சள் கொன்றை
12. *Dendrocalamus strictus* - கல்மூங்கில்
13. *Diospyros melanoxylon* - பீடி இலை மரம், தும்பிலி
14. *Dolichandrone crispa* - பூம்பாதிரி
15. *Gmelina arborea* - குமிழ
16. *Hardwickia binata* - ஆச்ச மரம்
17. *Holoptelea integrifolia* - ஆய மரம்
18. *Mallotus philippensis* - குரங்கு மஞ்சனத்தி
19. *Manilkara hexandra* - பாலா, உலக்கைப்பாலை
20. *Pongamia pinnata* - புங்கம்
21. *Pterocarpus marsupium* - வேங்கை
22. *Pterocarpus santalinus* - செந்சந்தனம்
23. *Sapindus emarginatus* - பூச்சக் காய்
24. *Sesbania grandiflora* - செவ்வகத்தி
25. *Sterculia urens* - காவலம், குதிரைப் பிடுக்கன்
26. *Stereospermum suaveolens* - பாதிரி
27. *Strychnos nux-vomica* - எட்டி மரம்
28. *Tectona grandis* - தேக்கு
29. *Terminalia alata* - மருத மரம், அருச்சுனம்
30. *Terminalia arjuna* - நீர் மருது
31. *Terminalia bellirica* - தான்றிக்காய்
32. *Terminalia tomentosa* - கருமருது

3.5. மே

1. *Acacia nilotica* - கருவேல்
2. *Aegle marmelos* - வில்வம்
3. *Ailanthus excelsa* - பீனாரி
4. *Anacardium occidentale* - முந்திரி
5. *Bambusa bambos* - முள் மூங்கில்
6. *Bauhinia variegata* - சிகப்பு மந்தாரை
7. *Bombax ceiba* - இலவுமரம்
8. *Boswellia serrata* - குங்கிலியம்
9. *Buchanania lanzan* - சாரம்
10. *Butea monosperma* - பொரசு
11. *Calophyllum inophyllum* - புன்னை
12. *Chloroxylon swietenia* - கரும்பொரசு
13. *Cochlospermum religiosum* - காட்டுப்பருத்தி
14. *Dendrocalamus strictus* - கல்மூங்கில்
15. *Diospyros melanoxylon* - பீடி இலை மரம், தும்பிலி
16. *Eucalyptus globulus* - ப்ளூ கம்
17. *Gmelina arborea* - குமிழ்
18. *Hardwickia binata* - ஆச்சமரம்
19. *Holoptelea integrifolia* - ஆயமரம்
20. *Lannea coromandelica* - ஓதிமரம்
21. *Mallotus philippensis* - குரங்கு மஞ்சனத்தி
22. *Manilkara hexandra* - பாலா
23. *Moringa oliefera* - முருங்கை
24. *Morus alba* - மல்பெர்ரி செடி
25. *Ougeinia oojeinensis* - நரிவேங்கை
26. *Pongamia pinnata* - புங்கம்
27. *Pterocarpus marsupium* - வேங்கை
28. *Pterocarpus santalinus* - செஞ்சந்தனம்
29. *Santalum album* - சந்தனம்
30. *Sesbania grandiflora* - செவ்வகத்தி
31. *Soymida febrifuga* - கட்டபுட்பினை
32. *Sterculia urens* - காவலம், குதிரைப் பிடுக்கண்
33. *Terminalia alata* - மருதமரம், அருச்சுனம்

3.6. ஜுன்

1. *Aegle marmelos* - வில்வம்
2. *Ailanthus excelsa* - பீனாரி மரம்
3. *Alstonia scholaris* - ஏழிலைப்பாலை
4. *Artocarpus heterophyllus* - பலா
5. *Azadirachta indica* ` - வேம்பு
6. *Bauhinia variegata* - சிகப்பு மந்தாரை
7. *Boswellia serrata* - குங்கிலியம்
8. *Calophyllum inophyllum* - புன்னை
9. *Chloroxylon swietenia* - கரும்பொரசு
10. *Cochlospermum religiosum* - காட்டுப்பருத்தி
11. *Diospyros melanoxylon* - பீடி இலை மரம், தும்பிலி
12. *Eucalyptus globulus* - ப்ளூ கம்
13. *Gmelina arborea* - குமிழ்
14. *Lannea coromandelica* - ஓதிமரம்
15. *Madhuca longifolia* - இலுப்பை
16. *Mangifera indica* - மா
17. *Manilkara hexandra* - பாலா
18. *Mimusops elengi* - மகிழம்
19. *Moringa oliefera* - முருங்கை
20. *Morus alba* - மல்பெர்ரி செடி
21. *Ougeinia oojeinensis* - நரிவேங்கை
22. *Polyalthia longifolia* - நெட்டிலிங்கம்
23. *Santalum album* - சந்தனம்
24. *Soymida febrifuga* - கட்டபுட்பினை
25. *Syzygium cuminii* - நாவல்
26. *Terminalia catappa* - பாதாம் மரம்

3.7. ஜுலை

1. *Alstonia scholaris* - ஏழிலைப் பாலை
2. *Anogeissus latifolia* - நமை
3. *Artocarpus heterophyllus* - பலா
4. *Azadirachta indica* - வேம்பு
5. *Cochlospermum religiosum* - காட்டுப் பருத்தி
6. *Eucalyptus globulus* - ப்ளூ கம்
7. *Grevillea robusta* - சில்வர் ஓக்
8. *Madhuca longifolia* - இலுப்பை
9. *Mangifera indica* - மா
10. *Mimusops elengi* - மகிழம்
11. *Polyalthia longifolia* - நெட்டிலிங்கம்
12. *Syzygium cuminii* - நாவல் மரம்
13. *Terminalia catappa* - பாதாம் மரம்

3.8. ஆகஸ்ட்

1. *Anogeissus latifolia* - நமை
2. *Anthocephalus cadamba* - கடம்பமரம்
3. *Artocarpus heterophyllus* - பலா
4. *Borassus flabellifer* - பனை
5. *Chloroxylon swietenia* - கரும்பொரசு
6. *Delonix regia* - செம்மயில் கொன்றை
7. *Eucalyptus globulus* - ப்ளூ கம்
8. *Grevillea robusta* - சில்வர் ஓக்
9. *Michelia champaca* - செண்பக மரம்
10. *Peltophorum pterocarpum* - கொன்றை மரம்
11. *Polyalthia longifolia* - நெட்டிலிங்கம்
12. *Schleichera oleosa* - கும்பாதிரி, கரனச்சி, பூவத்தி

3.9. செப்டம்பர்

1. *Annona squamosa* - சீதாப்பழ மரம்
2. *Anthocephalus cadamba* - கடம்பமரம்
3. *Borassus flabellifer* - பனை
4. *Delonix regia* - செம்மயில் கொன்றை
5. *Eucalyptus globulus* - ப்ளூகம்
6. *Ficus religiosa* - அரசமரம்
7. *Michelia champaca* - செண்பக மரம்
8. *Peltophorum pterocarpum* - கொன்றை மரம்
9. *Schleichera oleosa* - கும்பாதிரி, கரனச்சி, பூவத்தி

3.10. அக்டோபர்

1. *Annona squamosa* - சீதாப்பழ மரம்
2. *Anthocephalus cadamba* - கடம்பமரம்
3. *Delonix regia* - செம்மயில் கொன்றை
4. *Eucalyptus tereticornis* - தைலம்
5. *Ficus benghalensis* - ஆல்
6. *Ficus religiosa* - அரசமரம்
7. *Melia dubia* - மலைவேம்பு
8. *Peltophorum pterocarpum* - கொன்றை

3.11. நவம்பர்

1. *Albizia lebbeck* - வாகை
2. *Annona squamosa* - சீதாப்பழ மரம்
3. *Casuarina equisetifolia* - சவுக்கு
4. *Dalbergia sissoo* - ஈட்டி
5. *Eucalyptus tereticornis* - தைலம்
6. *Feronia limonia* - விலாம்
7. *Ficus benghalensis* - ஆல்
8. *Jacaranda mimosifolia* - ப்ளூ ஜகராண்டா
9. *Melia azederach* - காட்டுவேம்பு
10. *Melia dubia* - மலைவேம்பு
11. *Mitragyna parvifolia* - நீர்க்கடம்பு
12. *Santalum album* - சந்தனம்
13. *Schleichera oleosa* - கும்பாதிரி, கரனச்சி, பூவத்தி

3.12. டிசம்பர்

1. *Acacia ferruginea* - சீமை வெள்வேல்
2. *Albizia lebbeck* - வாகை
3. *Casuarina equisetifolia* - சவுக்கு
4. *Chukrasia tabularis* - மதகிரி வேம்பு
5. *Dalbergia sissoo* - ஈட்டி
6. *Feronia limonia* - விலாம்
7. *Ficus benghalensis* - ஆல்
8. *Jacaranda mimosifolia* - ப்ளு ஜகராண்டா
9. *Melia azedarach* - காட்டு வேம்பு
10. *Melia dubia* - மலைவேம்பு
11. *Mitragyna parvifolia* - நீர்க்கடம்பு
12. *Santalum album* - சந்தனம்
13. *Semecarpus anacardium* - கிட்டா கனி கொட்டை
14. *Strychnos nux – vomica* - எட்டி மரம்